॥ शिवछत्रपतींची ॥
स्वराज्याची संकल्पना

डॉ. जयसिंगराव पवार

मेहता पब्लिशिंग हाऊस

✆ +91 020-24476924 / 24460313 / Mob. No. 9545000513

Email : production@mehtapublishinghouse.com

Website : www.mehtapublishinghouse.com

◆ *या पुस्तकातील लेखकाची मते, घटना, वर्णने ही त्या लेखकाची असून त्याच्याशी प्रकाशक सहमत असतीलच असे नाही.*

SHIVCHHATRAPATINCHI SWARAJYACHI SANKLPANA by
Dr. JAYSINGRAO PAWAR

शिवछत्रपतींची स्वराज्याची संकल्पना / संशोधनात्मक

author@mehtapublishinghouse.com

संस्थापक : सुनील अनिल मेहता

प्रकाशक : मेहता पब्लिशिंग हाऊस प्रा. लि.
१९४१, सदाशिव पेठ, माडीवाले कॉलनी, पुणे – ४११०३०

मुद्रक : ट्रिनिटी ॲकॅडमी फॉर कॉर्पोरेट ट्रेनिंग लिमिटेड

मुखपृष्ठ : चंद्रमोहन कुलकर्णी

प्रथमावृत्ती : सप्टेंबर, २०२२

किंमत : ₹ २००

P Book ISBN 9789394258952
E Book ISBN 9789395477086
E Books available on : amazonkindle Apple Books Google Play Books

माझी नात
चि. रिया
हीस प्रेमपूर्वक...

लेखकाचे दोन शब्द

शिवचरित्राशी संबंधित १२ लेखांचा संग्रह वाचकांच्या हाती देताना आम्हास आनंद होत आहे. शिवछत्रपतींचे सर्वांत महान कार्य म्हणजे १७ व्या शतकात त्यांनी स्थापन केलेले राज्य. हे राज्य अनेक अभिनव कल्पनांचा आविष्कार होते. त्या काळी हिंदुस्थानात असणाऱ्या शेकडो लहानमोठ्या राज्यांप्रमाणे एक असे त्याचे स्वरूप नव्हते. हे एतद्देशीयांचे म्हणजे भूमिपुत्रांचे राज्य होते. म्हणूनच त्याला 'स्वराज्य' म्हटले गेले. त्याला ते आणखी एक खास विशेषणही जोडले गेले. 'हिंदवी स्वराज्य' म्हणून ते ओळखले जाऊ लागले. हिंदवीचा अर्थ हिंदुस्थानातील सर्व जातीधर्मांचे. हिंदूंप्रमाणे मुस्लिमांचेही. जे जे या देशात जन्मले, वाढले, ज्यांनी ज्यांनी या भूमीला आपले मानले त्यांचे राज्य ! एवढी व्यापक भूमिका, एवढा आशयघन विचार या राज्याच्या निर्मितीमागे होता.

या राज्याचे दुसरे वैशिष्ट्य म्हणजे हे राज्य जहागीरदार, सरंजामदार, वतनदार, सरदार अथवा धर्माच्या क्षेत्रातील महंत वगैरे अशा बड्या लोकांच्या कल्याणासाठी नव्हते. हे राज्य सामान्य रयतेच्या कल्याणासाठी होते. शिवाजी राजा हा अशा सामान्य रयतेचा राजा होता. त्याचे लोकाभिमुख प्रशासन सामान्यांतल्या सामान्य लोकांच्या कल्याणासाठी कटिबद्ध होते.

या हिंदवी स्वराज्याचा आणखी एक विशेष होता. हे राज्य जसे स्वतंत्र होते, तसे ते सार्वभौमही होते. त्या काळी दिल्लीपती मोगल बादशहा

हाच हिंदुस्थानातील सार्वभौम सत्ता मानला जात होता. या पार्श्वभूमीवर दक्षिणेत शिवाजी महाराजांनी आपल्या डोईवर छत्र धारण करून मराठ्यांची सार्वभौम सत्ता, मऱ्हाटी पातशाही, स्थापन केली. हे सार्वभौमत्वाचे तत्त्व शिवाजी महाराजांनंतर छत्रपती संभाजी, छत्रपती राजाराम व महाराणी ताराबाई यांनी जीवाची बाजी लावून जपले. पुढे शाहू महाराज व त्यांचे पेशवे यांनी ते वाऱ्यावर सोडले.

यानंतरचे दोन लेख शिवरायांच्या मातापित्यासंबंधी आहेत. शिवरायांच्या जडणघडणीत त्यांचा मोठा वाटा आहे. दख्खनचे एक पराक्रमी सरदार, शिवरायांचे पिते, एवढीच शहाजीराजांची ओळख पुरेशी नाही. शहाजीराजे कर्नाटकात जाण्यापूर्वी त्यांनी महाराष्ट्रात निजामशाहीच्या पुनरुज्जीवनाच्या निमित्ताने एक स्वतंत्र राज्य स्थापन केले होते; या राज्याची व्याप्ती बागलाणपासून नीरानदीपर्यंत व पश्चिम किनाऱ्यावरील कल्याणपासून अहमदनगरपर्यंत होती; या राज्याकडे म्हणजे शहाजीराजांकडे, ४० हजारांहून अधिक सैन्य होते, ही शहाजीराजांची कर्तबगारी फार थोड्या इतिहासप्रेमींना माहीत असते. या राज्याचा मुलूख मराठी होता; त्यातील लोक मराठी होते. त्यांचा नेता मराठी होता, त्याचे सैन्य मराठी होते. खरे तर शहाजीराजांनी निर्माण केलेले हे मराठी स्वराज्यच होते. त्याच्या संरक्षणासाठी त्यांनी मोगली फौजांशी सलग तीन वर्षे लढा दिला-(सन १६३३-३६) पण शेवटी मोगलांना आदिलशाही फौजा येऊन मिळाल्यामुळे शहाजीराजांचा हा 'स्वराज्या'चा प्रयोग यशस्वी झाला नाही; पण म्हणून काही त्या प्रयोगाचे ऐतिहासिक महत्त्व कमी होत नाही.

या प्रयोगात शहाजीराजांनी निजामशाहीचा एक वारस मुलगा आपल्या मांडीवर बसवून त्याच्या डोईवर छत्र धरले आणि एका नव्या शाहीची घोषणा केली. त्यांचे पुत्र शिवाजीराजांनी त्यांच्या पुढचे पाऊल टाकले. नवे मराठशाहीचे राज्य स्थापून आपल्याच डोईवर छत्र धरून स्वतःला 'छत्रपती' म्हणजे 'मऱ्हाटा पातशहा' उद्‌घोषित केले! रायगडावर सन १६७४ साली झालेल्या राज्याभिषेकाला गतकाळाचा हा ऐतिहासिक संदर्भ होता, हे लक्षात ठेवले पाहिजे.

आतापर्यंत असा समज होता (आणि तो बखरींनी रूढ केला होता) की पुणे जहागिरीत दादाजी कोंडदेव या शहाजीराजांच्या कारभाऱ्याने

शिवरायांचे बालपणीचे शिक्षण केले. तथापि या रूढ कल्पनेस छेद देणारे संशोधन आम्ही १५ वर्षांपूर्वी महाराष्ट्रात जाहीर करून स्पष्ट केले आहे की, शिवरायाचे शिक्षण वयाच्या सातव्या वर्षांपासून बाराव्या वर्षांपर्यंत बंगळूर येथे शहाजीराजांच्या मार्गदर्शनाखाली पार पडले व त्यानंतर त्यांची रवानगी 'विख्यात अध्यापकां'सह पुण्याकडे करण्यात आली आणि मग अध्यापकांनीच शिवरायांना अनेक शास्त्रे व कला यांचे शिक्षण / प्रशिक्षण दिले. अर्थात हे सर्व राजमातोश्री जिजाऊसाहेब यांच्या मार्गदर्शनाखाली झाले.

पुण्याकडे जाताना शहाजीराजांनी शिवरायासोबत आपले अनुभवी प्रधान, विपुल खजिना, पायदळ, घोडदळ, हत्ती ध्वज आणि विशेष म्हणजे शिवरायाच्या भावी राज्याची मुद्राही दिली होती. हे सर्व पाहिले, की शहाजीराजांच्या मनात शिवरायांच्याविषयी कोणते विचार होते, हे स्पष्ट होते. म्हणूनच त्यांना आम्ही 'स्वराज्य संकल्पक' असे संबोधिले आहे.

शिवरायांना घडविण्यात शहाजीराजांच्या बरोबरीने किंबहुना त्याहून जास्त वाटा कोणाचा असेल तर तो राजमाता जिजाऊंचा. लखुजी जाधवरावांसारख्या दक्षिणेतील एका सामर्थ्यशाली व पराक्रमी निजामशाही सरदाराची ही कन्या व शहाजीराजांसारख्या तेवढ्याच सामर्थ्यशाली व पराक्रमी आदिलशाही सरदाराची पत्नी. ह्या श्रेष्ठ वारशाबरोबरच आलेली प्रचंड संकटे व दु:खे सहन केलेल्या जिजाऊंनी मनाशी खूणगाठ बांधली होती, की आपल्या लोकांवर होणाऱ्या अन्याय व अत्याचाराला एकच प्रभावी उत्तर आहे आणि ते म्हणजे आपले राज्य-स्वराज्य स्थापन करणे आणि त्या ध्येयाचा संस्कार जिजाऊंनी शिवरायांवर बालपणी केला. या अर्थाने जिजाऊ या शिवरायांच्या खऱ्या गुरू व मार्गदर्शक होत्या.

शहाजीराजाच्या पदरी असणारा कवी जयराम पिंडे याने जिजाऊंच्या गौरवार्थ दोन ओळींचे एक कवन रचले आहे. त्यात तो म्हणतो -

"जशी चंपकशी खुले फुल्ल जाई ।
भली शोभली ज्यास जाया जिजाई ।।
जिचे कीर्तिचा चंबू जंबुद्विपाला ।
करी सावली माऊलीसी मुलाला ।।"

शहाजीराजांच्या काळातच जिजाऊंची कीर्ती सर्व जंबुद्विपात म्हणजे सर्व देशात पसरली होती, इतकी की जंबुद्विपातील सज्जन लोक यवनांच्या जुलमाला कंटाळून तिच्या आश्रयाखाली येत असत, असे या कवनावर इतिहासाचार्य राजवाडे यांनी भाष्य केले आहे.

जिजाऊंच्या अंगी मोठे प्रशासनकौशल्यही होते. शिवराय आग्र्यास गेले व तेथेच कैदेत पडले तेव्हा मागे स्वराज्याचा कारभार जिजाऊंनी अत्यंत कार्यक्षमतेने केला. या काळात स्वराज्यातील एकही किल्ला शत्रू घेऊ शकला नाही.

जिजाऊंच्या जीवनात सर्वांत महत्भाग्याचा दिवस म्हणजे रायगडावर झालेला त्यांच्या पुत्राचा-शिवाजीराजांचा-राज्याभिषेक. आपल्या पुत्राने मराठ्यांचे स्वतंत्र राज्य स्थापन केले आणि त्या राज्याचा तो सार्वभौम अधिपती बनला, मऱ्हाटा पातशहा झाला-हे पाहण्याचे भाग्य त्यांना मिळाले! त्यांचे जीवितकर्तव्य पूर्ण झाले. जीवित सफल झाले. या घटनेनंतर अवघ्या १२ व्या दिवशी त्यांनी या जगाचा निरोप घेतला. त्यांच्या सारखी जाणती, कर्तबगार व भाग्यशाली स्त्री महाराष्ट्राच्या एक हजार वर्षांच्या इतिहासात झाली नाही.

'शिवशाहीच्या इतिहासाची मांडणी व पुनर्मांडणी' या लेखात इतिहास लेखनाचे एक महत्त्वाचे सूत्र सांगितलेले आहे. ऐतिहासिक घटना घडून गेल्यानंतर इतिहासाची मांडणी होत असते. अर्थात ती परिपूर्ण व वास्तव असेलच असे नाही. इतिहासलेखन करणाऱ्याचे पूर्वग्रह, घटना व लेखन यामधील कालाचे अंतर, लेखकाला मिळालेली साधने, त्या साधनांचा दर्जा अशा अनेक गोष्टींवर ही इतिहासाची मांडणी आधारलेली असते. अशा परिस्थितीत नवीन साधने हाताशी लागली, वेगळा दृष्टिकोन असणारा लेखक उदयास आला तर पूर्वीची मांडणी बाजूला सारून तो आपली मांडणी ही पुनर्मांडणी म्हणून सादर करतो. अर्थात ही पुनर्मांडणीही अंतिम असते असे नाही. या पुनर्मांडणीचीही पुनर्मांडणी होत असते. असे हे इतिहासाचे चक्र अव्याहतपणे चालू राहते.

शिवशाहीच्या इतिहासाच्या संदर्भात शहाजीराजे, दादाजी कोंडदेव, समर्थ रामदास, खुद्द शिवछत्रपती, छत्रपती संभाजी महाराज, मराठ्यांचे स्वातंत्र्ययुद्ध इत्यादी विषयांची मांडणी व पुनर्मांडणी कशी झाली,

यावरचा लेख वाचकांसमोर इतिहासलेखन शास्त्राचे एक नवे दालन खुले करील, अशी खात्री आहे.

याप्रमाणे एकूण बारा लेख या संग्रहात समाविष्ट झालेले आहेत. त्या सर्वांचा इतका सविस्तर परामर्ष घेणे इथे अपेक्षित नाही आहे; पण हे सर्व लेख शिवछत्रपतींच्या हिंदवी स्वराज्याचे स्वरूप व दिशा स्पष्ट करणारे आहेत. विशेषत: या संग्रहातील शेवटचा लेख, 'हिंदवी स्वराज्याचे मुस्लीम सेवक' याकडे आम्ही खासकरून वाचकांचे लक्ष वेधू इच्छितो. शिवरायांच्या पदरी इतिहासाला ज्ञात असणारे कोणकोणते मुस्लीम सेवक होते, याची माहिती त्या लेखात दिली आहे. त्यात पहिलेच नाव आहे नूर बेग या सेनानीचे. हा सन १६५७ साली (म्हणजे अफझलखानाच्या स्वारीच्याही पूर्वी) शिवाजी महाराजांच्या सैन्यात सेनापती आहे. एका अस्सल शिवकालीन कागदात त्याचा उल्लेख 'पाऊलोकांचा सरनोबत' म्हणजे पायदळाचा सेनापती म्हणून येतो. हा एकच उल्लेख शिवछत्रपतींच्या स्वराज्याचे स्वरूप, त्याची जडणघडण, त्याची उद्दिष्टे स्पष्ट करतो, असे आम्हास वाटते. आपण स्थापन करीत असलेले राज्य केवळ मराठ्यांचे केवळ हिंदूंचे असे नाही, तर या देशातील मुस्लीम लोकांचेही ते आहे, असा स्पष्ट संदेश शिवकालातील हा कागद देतो आहे, असो.

आमच्या इतर लेखसंग्रहांप्रमाणेच याही लेखसंग्रहाचे स्वागत इतिहासप्रेमी करतील, अशी आशा आहे.

– जयसिंगराव पवार

अनुक्रमणिका

१

शिवछत्रपतींची स्वराज्याची संकल्पना

१७ व्या शतकात शिवछत्रपतींनी जे राज्य स्थापन केले ते त्याकाळच्या हिंदुस्थानात अस्तित्वात असलेल्या इतर अनेक राज्यांसारखे एक राज्य नव्हते. ते काही आगळेवेगळे राज्य होते, असे इतिहास सांगतो. उत्तरेत मोगल बादशहाची मोगलशाही आणि तिच्या स्वामित्वाखाली रजपुतांची राज्ये होती. दक्षिणेत आदिलशाही, कुतुबशाही आणि कर्नाटकातील नायकांची राज्ये होती. अशाच राज्यांसारखे शिवछत्रपतींचे राज्य होते की काय? या प्रश्नाचे उत्तर नकारात्मक असेल तर त्याच्या आगळेपणाचा आपणास शोध घ्यावा लागेल. त्यासाठी त्या राज्याची उद्दिष्टे तपासून पाहावी लागतील; तसेच त्याची मूळ संकल्पनाही समजून घ्यावी लागेल.

'स्वराज्या'च्या नावातच उत्तर

उत्तरेतील रजपुतांची राज्ये उदयपूर (मेवाड), जोधपूर (मारवाड), जयपूर, बिकानेर अशा नावाने इतिहासात नोंदली गेली आहेत. दक्षिणेतील आदिलशाही, निजामशाही आणि कुतुबशाही ही राज्ये त्या त्या घराण्याच्या संस्थापकांच्या नावाने प्रसिद्धीस आली आहेत. पण शिवछत्रपतींचे राज्य

'रायगडचे राज्य' अथवा 'भोसलेशाही' या नावाने पुढे न येता ते 'स्वराज्य', 'हिंदवी स्वराज्य', 'मऱ्हाठे राज्य' या नावाने ख्यात झाले आणि त्याची कीर्ती 'मराठेशाही'च्या नावाने सर्वदूर पसरली.

असे हे जगावेगळे घडले, याचे कारण शिवछत्रपतींना केवळ आपल्या भोसले घराण्याचे राज्य स्थापन करायचे नव्हते; त्यांना आपल्या सर्व स्वकीय बांधवांसाठी, महाराष्ट्रातील भूमिपुत्रांसाठी राज्य निर्माण करायचे होते. म्हणूनच त्यांनी आपल्या राज्यास 'स्वराज्य' असे संबोधिले. स्वराज्य म्हणजे महाराष्ट्रातील भूमिपुत्रांचे त्यांच्यासाठी उदयास आलेले राज्य!

'स्वराज्या'चा आत्मसाक्षात्कार

शिवछत्रपतींचे स्वराज्य म्हणजे केवळ एक भौतिक कल्पना नव्हती. राज्य म्हटले की त्याची भूमी, सरहद्दी, त्याची संरक्षण व्यवस्था, कारभार यंत्रणा अशा अनेक भौतिक बाबी नजरेसमोर येतात. राज्यनिर्मितीसाठी त्या आवश्यकही असतात; आणि त्या शिवछत्रतींनी निर्माणही केल्या. पण त्यांनी त्यापलीकडे जाऊन आपल्या राज्यास एक नैतिक व तात्त्विक अधिष्ठान दिले. त्यासाठी त्यांना मराठ्यांच्या मानसिक भूमिकेचेच परिवर्तन घडवून आणावे लागले.

शिवछत्रपतींनी स्वराज्याचा उद्योग आरंभिला त्यावेळी देवगिरीच्या यादवांचे राज्य नष्ट होऊन ३५० वर्षे झालेली होती. देवगिरीचे राज्य म्हणजे मराठ्यांचेच राज्य होते. उत्तरेतील खिलजी सुलतानांनी ते बरखास्त करून महाराष्ट्रावर पारतंत्र्य लादले आणि इस्लामी राजवटीस प्रारंभ झाला. एका शतकात चार पिढ्या असा हिशेब केला तर मराठ्यांच्या चौदा पिढ्या या पारतंत्र्याच्या गुलामगिरीत वाढल्या. यातून एक प्रकारची अस्मिताहीन व पराभूत मनोवृत्ती म्हणजेच गुलामगिरीची मानसिकता मराठ्यांच्या ठिकाणी उत्पन्न झाली होती. मराठा सरदार कितीही शूर झाला तरी कोणत्या ना कोणत्या शाहीचा दरबार हेच त्यांचे कार्यक्षेत्र असे. काही या दरबारचे सेवक तर काही त्या दरबारचे सेवक. ते लढणार, एकमेकांचे रक्त सांडणार, ते कोणातरी शहाच्या राज्यासाठी! मग ते निंबाळकर असोत वा जाधवराव असोत! त्यांना आपले 'सिंहासन'

निर्माण करावे, असे मुळातच वाटत नव्हते. याचे कारण त्यांची तशी पराभूत मानसिकताच तयार झालेली होती.

शिवछत्रपतींचे सर्वांत मोठे कार्य म्हणजे त्यांनी मराठ्यांच्या या गुलामीच्या मानसिकतेवर जबरदस्त प्रहार करून तिला समूळ नष्ट केले; आणि मराठ्यांना त्यांच्या 'स्व'त्वाचा, त्यांच्या अस्मितेचा साक्षात्कार घडविला. आपण या महाराष्ट्र देशाचे पुत्र आहोत, भूमिपुत्र आहोत, तर या भूमीवर आपलेच राज्य असले पाहिजे, हा क्रांतिकारी विचार त्यांनी मराठी मनात रुजविला. या विचारास तत्कालीन विचारवंतांनी व संतांनी 'महाराष्ट्र धर्म' असे नाव दिलेले आहे.

शिवकालात स्वराज्य स्थापनेसाठी भूमी तयार होती; तिच्यावर सह्याद्रीसारखा दुर्गम पर्वत खडा होता, त्याच्या दऱ्याखोऱ्यांत शेकडो किल्ले या भूमीच्या संरक्षणार्थ सज्ज होते, भोवताली काटक मावळ्यांचा समाज पसरला होता, शौर्य, पराक्रम अशा गुणांची वानवा नव्हती. एवढे सगळे असूनही नव्हती ती अस्मिता, नव्हती ती स्वतंत्रतेची मानसिकता, नव्हता तो आत्मसाक्षात्कार! शिवछत्रपतींनी मराठ्यांच्यांत त्यांच्या अस्मितेचा साक्षात्कार घडविला! जेणेकरून सामान्य मराठा गुलामीच्या मानसिकतेचा कोश फाडून बाहेर पडला आणि स्वराज्याच्या संकल्पनेने भारावून गेला.

ही तर राष्ट्रनिर्मितीची प्रक्रिया

या आत्मसाक्षात्काराने महाराष्ट्रातील मराठ्यांना एक स्वतंत्र 'ओळख' (Identity) दिली गेली, स्वतःचा म्हणून एक 'चेहरा' दिला गेला. आतापर्यंत मराठे हे कितीही बलवान व पराक्रमी असले तरी ते या ना त्या शाहीच्या पदरी चाकरी करणारे आणि आपल्याच तलवारींनी

एकमेकांवर वार करणारे लोक, अशी त्यांची गुलामगिरीतील ओळख होती. शिवछत्रपतींनी ती पुसून टाकली आणि त्या ठिकाणी आपले स्वत:चे राज्य स्थापन करणारे व त्यासाठी लढून शत्रूवर वार करणारे लोक अशी नवी ओळख, असा नवा चेहरा त्यांनी मराठ्यांना दिला. ही गोष्ट असामान्य कोटीतील होती.

या नव्या चेहऱ्याचा मराठा, स्वातंत्र्य हा आपला निसर्गसिद्ध हक्क मानत होता आणि या हक्कांसाठी तो लढायलाच नव्हे तर मरायलाही तयार होता. कोणत्याही राष्ट्राचे स्वातंत्र्य प्राप्त करण्याच्या कार्यात अशी मानसिक तयारी ही मूलभूत आवश्यक बाब मानली जाते. खरे तर ती मराठा-राष्ट्र-निर्मितीची प्रक्रिया होती. पुढे आपल्या देशात इंग्रजांविरुद्ध लढण्याची राष्ट्रवादी स्वातंत्र्य चळवळ उदयास आली. तिची बीजे शिवछत्रपतींच्या या राष्ट्रनिर्मितीच्या प्रक्रियेत दिसून येतात. म्हणूनच त्यांना आज आपण एक 'राष्ट्रपुरुष' मानतो.

कोणत्याही देशाचा राष्ट्रनिर्माता हा त्याला निर्माण करावयाच्या राष्ट्राचे स्वप्न प्रथम पाहतो आणि मग ते स्वप्न आपल्या अनुयायांसमोर उभे करतो. या स्वप्नांच्या विचाराने तो त्यांना भारावून सोडतो. जगाच्या इतिहासात अशी अनेक उदाहरणे आहेत. इटलीमध्ये जोसेफ मॅझिनीने एकात्म स्वतंत्र राष्ट्राचे स्वप्न पाहिले; असेच स्वप्न जर्मनीत बिस्मार्कने पाहिले. आशिया खंडात चीनमध्ये माओने ते पाहिले. फार कशाला आपल्या देशात म. गांधींनी असेच स्वप्न पाहिले नव्हते काय? तेव्हा ३५० वर्षांपूर्वी शिवछत्रपतींनी पाहिलेले स्वप्न आणि आधुनिक कालात मॅझिनीपासून माओपर्यंतच्या राष्ट्रपुरुषांनी पाहिलेले स्वप्न यांत स्थलकालाचा फरक सोडला, तर त्यातील अंत:प्रेरणा एकाच स्वरूपाच्या होत्या, असे दिसून येईल.

सामान्य मराठा मंतरला गेला

स्वराज्य साधनेच्या कार्यात शिवछत्रपतींना स्वकीय वतनदार व जहागीरदार यांचे सहकार्य फारसे मिळाले नाही. काही प्रसंगी तर त्यांच्याशी संघर्षच करावा लागला. पण सामान्य मराठा मात्र त्यांच्या कार्यात मनोभावे सहभागी झाला. एवढेच नव्हे तर नेमून दिलेल्या

कार्यात मृत्यूला सामोरे जातानाही तो धन्यता मानू लागला. याची अनेक उदाहरणे शिवचरित्रात मिळतात. त्यापैकी बाजीप्रभू देशपांडे, तानाजी मालुसरे यांच्या कथा सर्वपरिचित आहेत. मात्र पन्हाळ्याच्या वेढ्यात शिवा काशिदने केलेले बलिदान मात्र फारसे कुणाला ज्ञात असत नाही.

१० नोव्हेंबर, १६५९ रोजी महाराजांनी प्रतापगडाच्या पायथ्याशी अफझलखान मारला आणि नंतर अवघ्या १८ दिवसांत पन्हाळ्यापर्यंत धडक मारून तो गड त्यांनी जिंकला. या गडावरच मुक्काम असता सिद्दी जोहरचा पन्हाळ्यास वेढा पडला आणि महाराज त्यात अडकून पडले. इतके की त्यातून बाहेर पडणे मुश्कील झाले. पण महाराजांनी आपल्या बुद्धिचातुर्याने जोहरला चकविले. त्यांनी एक योजना आखली. त्यात गडाच्या पायथ्याशी असणाऱ्या नेबापूरच्या शिवा काशिदची भूमिका मुख्य होती. राजांचे सोंग घेऊन पालखीत बसून शत्रूला दिसेल, अशा रीतीने तो किल्ल्याबाहेर पडला. साहजिकच शत्रू सैनिकांनी त्याला पकडून सिद्दी जोहरसमोर उभा केला. बरीच चौकशी केल्यावर जोहरच्या लक्षात आले, की हा 'डमी' शिवाजी आहे आणि मग... मृत्यूदंडाची शिक्षा त्याला फर्मावली गेली. भाला खूपसून ठार करण्याची! शिवा काशिदने ती आनंदाने स्वीकारली. फक्त त्याने एकच विनंती जोहरला केली -

"भाला खुपसणार तो पाठीत खुपसू नका. छातीत खुपसा. मी शिवाजीराजाचा शिपाई आहे. पाठीवर वार घेऊन मला मरण नको! वार छातीवर होऊ देत. मरणाला कोण भितो!"

पन्हाळ्याच्या वेढ्यातील शिवा काशिद काय अगर पुरंदरच्या वेढ्यातील मुरारबाजी काय, ही सामान्य माणसे होती. शिवा काशिद तर नाभिक समाजातील मराठा. शिवछत्रपतींचा व त्याचा संबंध हा पन्हाळा घेतला गेल्यापासूनचा. म्हणजे केवळ ५-६ महिन्यांचा. याचा अन्वयार्थ असा निघतो, की महाराज पन्हाळ प्रांती येण्यापूर्वीच त्यांच्या स्वराज्याच्या उद्योगाचा, त्यांच्या पराक्रमाच्या वार्तांनी अखिल मराठा समाज हा भारावून गेला होता. सामान्यातला सामान्य माणूसही मंतरला गेला होता. त्यामुळे शिवकालात हे शेकडो शिवा काशिद व मुरारबाजी उदयास आले आणि त्यांनी स्वराज्य उभे केले! म. गांधींच्या ४२ च्या

लढ्यात देशातला सामान्य माणूसही असाच मंतरलेला होता, असे आपणास दिसून येते.

सामाजिक न्यायाचे तत्त्व

शिवछत्रपतींनी वतनदारांची वतने खालसा केली, असे मोघमात म्हटले जाते; पण त्याचा खरा अर्थ खोलात जाऊन आजपर्यंत कोणी सांगितलेला नाही. महाराजांनी स्वराज्य स्थापन केले ते देशमुख-देशपांडे यांसारख्या वतनदारांचे कल्याण व्हावे, म्हणून नाही. राज्य कोणाचेही येवो, वतनदारांच्या हक्क-लाजिम्यांत, मानमरातबात काही फरक पडत नव्हता. सामान्य रयतेपासून, बलुते-अलुत्यांपासून अनेक प्रकारचे फायदे ते वसूल करीत असत. अगदी उदाहरणच सांगायचे तर देशमुखाला शेतकऱ्यांपासून धान्याचा हिस्सा, गवतफाटा, कैऱ्या, कोंबडी, बकरे, कुंभारापासून मडकी व रांजण, चांभारापासून जुते, गुरवापासून पत्रावळी, फुलाऱ्यापासून फुले, तांबोळ्यापासून खाऊची पाने, भाजीविक्याकडून भाजी, पटवेगारापासून रेशमाच्या लड्या अशा फुकटात मिळणाऱ्या वस्तूंची यादी खूप लांबलचक आहे. वतनदार या वस्तू हक्काने वसूल करत असे.

एक प्रकारे गरीब रयतेची ही पिळवणूकच होती. शिवछत्रपतींनी देशमुख-देशपांडेपासून पाटील-कुलकर्ण्यांपर्यंत सर्व लहानमोठ्या वतनदारांची वतने खालसा करून टाकली. त्यांची इनामे सरकारजमा केली; आणि ते सरकारी काम करत त्या मोबदल्यात त्यांना रोख वेतन द्यायला सुरुवात केली. स्वराज्यातील रयतेची शेकडो वर्षे चालू असणारी पिळवणूक शिवछत्रपतींनी थांबवून ही एक प्रकारची सामाजिक क्रांतीच केली. ज्याला आपण आज 'सामाजिक न्याय' असे म्हणतो, तो त्यांनी १७व्या शतकात प्रस्थापित केला होता. तथापि शिवछत्रपतींच्या फक्त पराक्रमाच्या कथाच सांगणाऱ्या इतिहासकारांनी त्यांच्या या समाज-परिवर्तनाच्या कार्याची दखल घेतलेली नाही, हे मोठे आश्चर्य आहे. काही इतिहासकार तर महाराजांनी वतने चालूच ठेवली हे सिद्ध करण्याचा खटाटोप करतात, हे त्याहून मोठे आश्चर्य आहे.

स्वराज्य हे सुराज्य हवे

स्वराज्याच्या निर्मिती मागची आपली भूमिका शिवछत्रपतींनी आपल्या एका आज्ञापत्रात अत्यंत स्पष्ट शब्दांत मांडली आहे. स. १६७४ साली मराठ्यांच्या लष्कराची छावणी कोकणात चिपळूणजवळ पडली होती. छावणीसाठी लागणारा दाणागोटा, गवतचारा इत्यादी गोष्टींची सर्व व्यवस्था केली गेली होती. पण छावणीतील लोकांनी या गोष्टींची उधळमाधळ केली तर ऐन पावसाळ्यात टंचाईचे संकट ओढवेल आणि मग आपले सैनिक रयतेच्या घरात शिरतील. धान्य, लाकूडफाटा जे काही मिळेल ते जबरदस्तीने ताब्यात घेतील. अशा स्थितीत रयत परागंदा होईल, हा इशारा देताना महाराज आपल्या आज्ञापत्रात म्हणतात -

"म्हणजे त्याला (रयतेला) ऐसे होईल की मोगल मुलकांत आले त्याहूनहि अधिक तुह्मी! ऐसा तळतळाट होईल! तेव्हा रयतीची व घोडियांची सारी बदनामी तुह्मांवरी येईल."

यातील, "मोगल मुलकात आले त्याहून अधिक तुम्ही," हे वाक्य फार महत्त्वाचे आहे. 'स्वराज्य' आणि 'परराज्य' यातील फरक अगदी मोजक्या शब्दांत महाराजांनी सांगितला आहे. मोगलाईत जशी रयतेची लुबाडणूक होत होती, तशीच ती स्वराज्यातील सैनिकांकडून होऊ लागली तर मग स्व-राज्य कसले? मोगलाई व स्वराज्य यात फरक तो काय राहिला? स्वराज्याचे सुराज्य झाले पाहिजे, ही शिवछत्रपतींच्या स्वराज्याची कल्याणकारी संकल्पना इथे स्पष्ट होते आहे.

स्वराज्य सर्वांचे, सर्वांसाठी

शिवछत्रपतींचे स्वराज्य केवळ मराठ्यांचे, केवळ हिंदूंचे नव्हते. महाराजांनी आपल्या राज्यास 'हिंदू-राज्य' असे संबोधलेले नाही. ते 'हिंदवी स्वराज्य' आहे. 'हिंदवी' मध्ये केवळ हिंदूच नाही तर सर्व जातीधर्मांचे लोक येतात. महाराजांना फक्त हिंदूंचा राजा मानणे, हे आजच्या हिंदुत्ववाद्यांना सोयीचे व फायद्याचे ठरत असले तरी ऐतिहासिक सत्य तसे नाही. या देशातील सर्व भूमिपुत्रांचे राज्य म्हणजे स्वराज्य ही महाराजांची भूमिका आहे. आणि म्हणूनच सिद्दी हिलाल, नूरखान बेग,

सिद्दी अंबर, दौलतखान, इब्राहिमखान असे अनेक मुसलमान अधिकारी स्वराज्याची सेवा बजावताना दिसतात. नूरखान बेगचे उदाहरण पाहण्यासारखे आहे. स. १६५७ सालीच हा नूरखान महाराजांच्या पायदळाचा सेनानी म्हणून स्वराज्यात वावरताना दिसतो. एका अस्सल कागदात हा उल्लेख येतो.

हिंदूंमध्येही महाराजांनी ब्राह्मण, मराठा, प्रभू या पुढारलेल्या जातींनाच स्वराज्यात वाव दिला असे नाही, तर कोकणात कोळी, भंडारी; देशावर रामोशी, कोळी, महार अशा मागासलेल्या समाजांसही स्वराज्याच्या सेवेत सामावून घेतले. त्यांच्याकडून पराक्रमाची कामे करवून घेतली.

स्वराज्याचे सार्वभौमत्वाचे तत्त्व

१७ व्या शतकात दिल्लीची मोगल बादशाहीच हिंदुस्थानात सार्वभौम सत्ता समजली जात होती. कोणी हिंदू राजा सार्वभौम सत्ता स्थापन करू शकत नव्हता. कारण हिंदू धर्ममार्तंडांनीच तशी बंदी केलेली होती. परशुरामाचा पृथ्वी नि:क्षत्रिय सिद्धांत पुढे करून ब्रह्मावृंदांनी मुळात पृथ्वीवर कोणी क्षत्रियच शिल्लक राहिलेला नाही, असा पुकारा केला होता. यामुळे देशातील हिंदूंच्या क्षात्रतेजाचे खच्चीकरण झाले होते.

विशेष म्हणजे या हिंदू धर्ममार्तंडांना उत्तरेतील मोगल बादशहा आणि दक्षिणेतील सुलतान 'राजा' म्हणून स्वीकारार्ह वाटत होते. पण आपलाच राजा त्यांना मान्य होत नव्हता. शिवछत्रपतींनी राज्याभिषेक करवून हा आपल्याच लोकांचा आत्मघातकी विचार निकालात काढला. रायगडावरील शिवराज्याभिषेक हा महाराष्ट्राच्या क्षात्रतेजाचा व अस्मितेचा एक महान आविष्कार होता. मराठ्यांचे राज्य छोटे असेल, पण सार्वभौमत्वाच्या निकषावर ते मोगल बादशाहीच्या बरोबरीचे आहे, असेच शिवछत्रपतींनी अखिल हिंदुस्थानास घोषित केले!

राज्याभिषेकाने शिवछत्रपतींच्या स्वराज्याची संकल्पना अधिक स्पष्ट व रेखीव बनली. तिला घटनात्मक व नैतिक अधिष्ठान प्राप्त झाले. प्रत्येक मराठ्यांच्या हृदयात तिला कायमचे स्थान मिळाले.

स्वराज्याची खरी कसोटी

स्वराज्याच्या संकल्पनेची खरी कसोटी लागली ती शिवछत्रपतींच्या निधनानंतरच्या काळात. मराठ्यांचे राज्य समूळ नष्ट करण्यासाठी औरंगजेब बादशहा सात लक्ष फौजेनिशी दक्षिणेत धावून आला. मराठ्यांच्या राज्यावर चौफेर हल्ले चढवून त्याने ते जिंकण्याचा जंगजंग प्रयत्न केला. परंतु त्याला यश मिळाले नाही. विशेषत: संभाजीराजांच्या हत्येनंतर मराठ्यांचे राज्य पत्त्याचा बंगला कोसळावा तसे जमीनदोस्त झाले. स्वराज्यातील सर्व गडकोट ठाणी शत्रूने काबीज केली. मराठ्यांची राणी व राजपुत्र कैद झाले. नवे छत्रपती राजाराम महाराज यांना ५०० मैल दूर जिंजीकडे परागंदा व्हावे लागले. काही काल असे भासले की मराठ्यांचे राज्य बुडाले! मराठेशाही संपली!

पण शिवछत्रपतींच्या मराठ्यांनी या प्रचंड धक्क्यातून सावरून शत्रूशी अल्पावधीतच महासंगर आरंभिला. अवघ्या सहा महिन्यांच्या काळातच त्यांनी मोगलांच्या फौजा पराभूत करण्याचा व त्यांच्या सेनानींना कैद करण्याचा सपाटा लावला. गेलेले किल्ले व ठाणी परत काबीज केली. आता 'स्वराज्याचा मामला थाटात चालला आहे,' असे आत्मविश्वासाचे उद्‌गार मराठे काढू लागले. हिंदुस्थानच्या इतिहासातील हा एक मोठा चमत्कार होता!

येथून पुढे तब्बल १७ वर्षे औरंगजेबाने मराठ्यांना जिंकण्यासाठी जिवाचा आटापिटा केला. पण मराठे तर जिंकले गेले नाहीतच, उलट मराठी फौजा खानदेश, गुजरात, माळवा, तेलंगण, कर्नाटक या मोगली प्रदेशांत घुसून धुमाकूळ घालू लागल्या. आपल्या डोळ्यांदेखत मोगली साम्राज्य खिळखिळीत होत असल्याचे पाहणे औरंगजेबाच्या नशिबी आले. शेवटी निराश होऊन महाराष्ट्रातच त्यास आपल्या दफनभूमीचा शोध घ्यावा लागला. त्याच्या कारकिर्दीची उणीपुरी २६ वर्षे मराठ्यांशी युद्ध करण्यात खर्ची पडली. हे युद्ध 'मराठ्यांचे स्वातंत्र्ययुद्ध' या नावाने इतिहासात प्रसिद्ध पावले. या युद्धात मराठे शेकडो लढाया हरले, पण शेवटी त्यांनी हे युद्ध जिंकले!

हे सर्व कसे घडले? मराठ्यांचा पराक्रम त्यास कारणीभूत होता हे खरेच, पण त्याहीपेक्षा या पराक्रमाच्या मागे शिवछत्रपतींनी त्यांच्या

ठिकाणी उत्पन्न केलेली स्वातंत्र्यलालसा ही अधिक कारणीभूत होती. त्यामुळे मराठ्यांचे भूमीवरील स्वराज्य नष्ट झाले तरी त्यांच्या हृदयांतरी दृढ झालेले स्वराज्य कसे नष्ट होणार? स्वराज्याच्या संकल्पनेची हीच खरी कसोटी होती आणि या कसोटीस मराठे व त्यांचे स्वराज्य शंभर टक्के उतरले, अशीच इतिहासाची साक्ष राहिली आहे!

❖

२

हिंदवी स्वराज्य-संकल्पक : शहाजीराजे भोसले

भारतातील नव्हे तर जगातील महापुरुषांत छत्रपती शिवाजी महाराज यांची गणना होते. कोणत्याही महापुरुषांची चरित्रे सांगताना किंवा लिहिताना त्यांची जडणघडण कोणी केली, या प्रश्नाचा शोध साहजिकपणे घेतला जातो. अनेकदा असे दिसून येते की, या महापुरुषांच्या जडणघडणीत त्यांच्या मातापित्याचा मोठा वाटा आहे. त्यातही मातेला अधिक झुकते माप दिले जाते आणि ते स्वाभाविक व यथार्थच असते. शिवछत्रपतींच्या जडणघडणीचा शोध घेताना राजमाता जिजाऊंचा अधिक गौरव केला जातो आणि तो योग्यही आहे. त्याबद्दल कोणाचे दुमत असण्याचे कारण नाही. पण त्याच वेळी त्यांचे पिते-शहाजीराजे भोसले यांच्या भूमिकेकडे इतिहासकारांचे जावे तेवढे लक्ष जात नाही; नव्हे अनेकदा त्यांची उपेक्षाच केली जाते. एवढेच नव्हे तर कित्येकदा त्यांची शिवछत्रपतींशी तुलना केली जाऊन त्यांच्या कार्याला गौण स्थान दिले जाते. वास्तविक शिवछत्रपतींच्या हिंदवी स्वराज्याचा पूर्वरंग शहाजीराजे भोसले यांच्या कारकिर्दीने तयार केला गेला आहे. शहाजीराजे जिथे थांबले, तिथून शिवाजीराजांनी आपल्या कार्याचा प्रारंभ केला आहे.

महाराष्ट्रातील भोसले घराणे

उत्तरेतील खिलजी सुलतानांनी दक्षिणेतील यादवांचे साम्राज्य १४ व्या शतकात नष्ट केले आणि महाराष्ट्रावर दिल्लीच्या सुलतानांची सत्ता सुरू झाली. खिलजीनंतर तुघलक आले. महमद तुघलकाने तर दौलताबाद ही आपली राजधानी केली. त्याच्याच काळात त्याच्या हसन उर्फ जाफरखान या सुभेदाराने त्याच्याविरुद्ध बंड पुकारून आपल्या स्वतंत्र राज्याची स्थापना केली. हेच ते बहामनी राज्य होय. याच बहामनी राज्याचे पुढे पाच तुकडे पडून दक्षिणेतील पाच शाह्या उदयास आल्या. या शाह्यांपैकी निजामशाही व आदिलशाही अशा दोन शाह्यांशी मराठ्यांचा अधिक संबंध आला.

बहामनी राजवटीच्या आणि निजामशाही-आदिलशाहीच्या काळात अनेक मराठा घराणी उदयास आली होती. त्यापैकी जाधव, निंबाळकर (पवार), भोसले, घोरपडे, घाटगे, माने, मोरे, शिर्के, महाडीक, गुजर, मोहिते अशी काही त्यांपैकी प्रमुख होत. आपल्या जहागिऱ्या, देशमुखी-पाटीलकी वगैरे सरंजाम व वतने सांभाळून आणि आपल्या शक्तीप्रमाणे फौजफाटा बाळगून ही घराणी या शाह्यांच्या दरबारात लष्करी सेवाचाकरी करताना दिसतात. वेरूळ, हिंगणी, मुंगी-पैठण इत्यादी गावची पाटीलकी आणि पुणे प्रांताची जहागिरी सांभाळणारे भोसलेही अशाच एका घराण्यांपैकी होते. या घराण्यातील मालोजीराजे भोसले यांनी आपल्या पराक्रमाने ही जहागीर निजामशहाकडून मिळविली होती. त्यांचे पुत्र शहाजीराजे भोसले यांनी निजामशाहीच्या अस्तानंतर ती आदिलशहाकडून पूर्ववत बहाल करून घेतली. ही पुणे जहागीर म्हणजे स्वराज्याची पहिली कर्मभूमी ठरली.

शहाजीराजे भोसले यांचा उदय

भोसले हे मूळचे निजामशाही दरबारचे चाकर. मोगली आक्रमणापासून निजामशाही वाचविण्याचे प्रयत्न वजीर मलिक अंबर करत होता, त्यास भोसले निष्ठेने साहाय्य करत होते. सन १६२४ साली मोगलांनी निजामशाहीवर जोरदार आक्रमण केले. यावेळी त्यांच्या मदतीला

आदिलशाही फौजाही होत्या. पण या संयुक्त फौजांचा पराभव मलिक अंबरने भातवडीच्या लढाईत केला आणि दक्षिणेत एक इतिहास घडविला. मराठ्यांच्या दृष्टीने या लढाईला महत्त्व असे की, या लढाईत शहाजीराजांनी मोठा पराक्रम केला आणि त्या अन्वये त्यांनी दक्षिणेच्या राजकारणात आपल्या तेजस्वी कारकिर्दीचा प्रारंभ केला.

शहाजीराजांच्या पराक्रमाचा सर्वत्र बोलबाला झाला. निजामशाही दरबारात त्यांची प्रतिष्ठा वाढली. इतकी की खुद्द मलिक अंबरलाही राजांचा निजामशहाकडून होणारा गौरव सहन होईनासा झाला. दिवसेंदिवस निजामशाही दरबारात राहणे त्यांना जाचक वाटू लागले. परिणामी त्यांनी निजामशाहीचा त्याग करून आदिलशाही दरबारची वाट धरली. यावेळी आदिलशाहीच्या तख्तावर इब्राहिम आदिलशहा असून तो मोठा सहिष्णू, गुणग्राहक व विद्याकलासक्त होता. त्याने राजांचा मोठा आदरसत्कार करून त्यांना 'फर्जंद' व 'सरलष्कर' हे किताब व पुणे जहागीर आपल्या वतीने बहाल केली. आता शहाजीराजे आदिलशहाच्या वतीने निजामशाहीशी लढू लागले. एकदा तर त्यांनी खुद्द मलिक अंबरचा पराभव केला. त्यामुळे त्यांची आदिलशाही दरबारातील प्रतिष्ठा आणखी उंचावली.

पण आदिलशाहीत शहाजीराजे फार काळ राहू शकले नाहीत. कारण लवकरच इब्राहिम आदिलशहा मृत्यू पावला व त्याच्या तख्तावर महमदशहा हा कडवा सुलतान आला. तो कडवा मुसलमान व हिंदूविरोधकही होता. तेव्हा स्वाभाविकच त्याच्या कडव्या हिंदूविरोधक सरदारांची चलती सुरू झाली. इकडे निजामशाहीतही वजीर मलिक अंबरचा मृत्यू झाला; आणि ती शाहीही अडचणीत आली. तेव्हा निजामशहाच्या आईने शहाजीराजांना परत येण्याविषयी बोलावणी पाठविली. त्या संधीचा फायदा घेऊन राजे निजामशाहीत परतले (सन १६२८).

या शाहीतून त्या शाहीकडे

शहाजीराजांचा येथून पुढचा ८-९ वर्षांचा इतिहास म्हणजे दक्षिणेतील अस्थिर राजकारणाचा एक नमुना आहे. आदिलशाही काय, निजामशाही काय अगर मोगल बादशाही काय, मुस्लीम राज्यकर्त्यांच्या लेखी मराठा

सरदारांची प्रतिष्ठा, किंमत काय होती, हे त्या इतिहासावरून कळून चुकते.

मलिक अंबरनंतर निजामशाहीचा कारभार त्याचा पुत्र फत्तेखान याच्याकडे गेला. हा फत्तेखान त्याच्या पित्यासारखा कर्तबगार नव्हता तसेच तो अत्यंत स्वार्थी व दुष्ट स्वभावाचा होता. खुद्द निजामशहा (मूर्तजा) हा हलक्या कानाचा व धरसोड वृत्तीचा होता. त्यामुळे त्याच्या दरबारात कारस्थाने व हेवेदावे यांना ऊत आला होता. परिणामी निजामशहाने फत्तेखानास कैदेत टाकले आणि लखुजीराव जाधव यासारख्या बलदंड मराठा सरदाराची हत्या घडवून आणली. दरम्यान तिकडे आदिलशाही व मोगली फौजा एक होऊन त्यांनी शहाजीराजांच्या पुणे जहागिरीवर हल्ला चढवून पुणे कसबा जाळून लुटून घेतला.

या सर्व राजकारणाचा वीट येऊन शहाजीराजांनी मोगलांकडे संधान बांधले आणि त्यांची पाच हजारी मनसब स्वीकारून ते मोगली सेवेत गेले (सु. ऑक्टो. १६३०). दरम्यान १९ फेब्रुवारी, १६३० रोजी शहाजीराजांना जिजाबाईंच्या पोटी शिवनेरी किल्ल्यावर पुत्र झाला. किल्ल्यावर असणाऱ्या शिवाई देवीवरून या पुत्राचे नाव 'शिवाजी' ठेवले गेले.

या सुमारास दक्षिणेमध्ये भीषण दुष्काळ पडला होता. लोक अन्नान्न करून तडफडून मरत होते. तिकडे निजामशाहीतून शहाजीराजे निघून गेल्यावर शहाने फत्तेखानास कैदेतून मुक्त करून त्याला आपला वजीर केले. या फत्तेखानाने निजामशाहीचे रक्षण करण्याऐवजी मोगलांशी अंतस्थ राजकारण लावून खुद्द मूर्तजा निजामशहाचाच खून केला आणि त्याच्या वंशातील हुसेन नावाचा मुलगा तख्तावर बसविला. विशेष म्हणजे याच सुमारास मोगलांनी शहाजीराजांची मनसब परस्पर फत्तेखानाला देऊन त्यास खूश करण्याचा प्रयत्न केला. निजामशहा काय, आदिलशहा काय, किंवा मोगल काय, सर्व जण संधिसाधूपणाचे राजकारण खेळत होते. शहाजीराजांच्या पराक्रमाचे कुठेच चीज होत नव्हते. आपल्या वाडवडिलांनी ज्या निजामशाहीच्या उत्कर्षासाठी आपले बलिदान दिले ती निजामशाही आता फत्तेखानाच्या फितुरीमुळे मोगलांच्या घशात जाणार, हे शहाजीराजांना स्पष्टपणे दिसत होते.

नूतन निजामशाहीची निर्मिती

तेव्हा आता निजामशाही वाचविण्याचा निर्णय शहाजीराजांनी घेतला. त्यासाठी आदिलशहाच्या दरबारातील मुरार जगदेव व खवासखान या दोन सेनानींचा पाठिंबा शहाजीराजांनी मिळविला आणि कोकणातून निजामशाहीच्या वंशातील एक मुलगा शोधून काढून त्यास जुन्नरजवळच्या पेमगिरी या किल्ल्यावर 'नवा निजामशहा' म्हणून घोषित केले (सन १६३२). परिणामी आता शहाजीराजांचे मोगलांशी उघडउघड शत्रुत्व सुरू झाले.

फत्तेखानाचा निजामशहा दौलताबादेला होता. त्या किल्ल्यास मोगल सेनानी महाबतखान याने वेढा घातला. तथापि, फत्तेखान आतून फितूर झाल्यामुळे दौलताबाद किल्ला व त्यातील हुसेन निजामशहा महाबतखानाच्या हाती पडला - (सन १७ जून, १६३३). शहाजहानने फत्तेखानाचा गौरव करून त्यास दोन लाखांची नेमणूक दिली. निजामशहा ग्वाल्हेरच्या तुरुंगात जाऊन पडला.

फत्तेखानाचा निजामशहा कैद झाला तरी शहाजीराजांनी स्थापन केलेला नवा निजामशहा पेमगिरीवर होताच. त्याच्या नावाने निजामशाहीचे पुनरुज्जीवन करून शहाजीराजांनी प्रतिनिजामशाहीच निर्माण केली होती. या नव्या शाहीच्या संरक्षणासाठी राजांनी आदिलशाही दरबारलाही अनुकूल करून घेतले होते. आदिलशाही फौजांची मदत राजांना होत होती. या पार्श्वभूमीवर राजांनी आपल्या गनिमी काव्याने मोगली फौजांशी सतत तीन वर्षे संघर्ष चालू ठेवला. बागलाणपासून नीरा नदीपर्यंत व कोकण किनारपट्टीपासून अहमदनगरच्या प्रदेशापर्यंत त्यांनी या नूतन निजामशाहीचे राज्यच निर्माण केले.

तथापि, शहाजीराजांनी निर्माण केलेल्या या निजामशाही प्रकरणाचा कायमचा निकाल लावण्यासाठी आता खुद्द मोगल बादशहा शहाजहान दक्षिणेत आला. दौलताबादेत मुक्काम करून तो शहाजीराजांवरील मोहीम चालवू लागला. खानजमान व शाहिस्तेखान या दोन सेनानींबरोबर त्याने दोन मोठ्या फौजा देऊन त्यांना शहाजीराजांविरुद्ध पाठविले. राजांनी या फौजांशी गनिमी पद्धतीने लढून त्यांना हैराण केले. पण याच वेळी शहाजहानच्या दडपणाखाली आदिलशहाने मोगलांशी सहकार्य

करण्याचे कबूल केले. उभयपक्षी तह होऊन निजामशाही बुडविण्याचा त्यांचा इरादा पक्का झाला.

आता पावसाळा सुरू झाला. तरीही मोगल व आदिलशाही फौजा शहाजीराजांवर चालून गेल्या. मोठा संघर्ष घडून आला. अगदी प्रतिकूल परिस्थितीतही शहाजीराजांनी पाच-सहा महिने या संयुक्त फौजांशी टक्कर दिली. शेवटी त्यांची शक्ती अपुरी पडली. त्यांनी निर्माण केलेल्या निजामशहासह ते मोगलांना शरण गेले (ऑक्टो. १६३६). दक्षिणेतील राजकारणात एका मराठा सरदाराने केलेले हे अभूतपूर्व धाडस होते. त्याचा शेवट जरी यशस्वी झाला नसला तरी मराठ्यांच्या दृष्टीने ते धाडस अपूर्व होते.

शहाजीराजे यांची कर्नाटकातील नेमणूक

यानंतर शहाजीराजे मोगल बादशाहीच्या चाकरीत गेले नाहीत. त्यांनी रणदुल्लाखान या आदिलशाही सरदारामार्फत आदिलशाहीची चाकरी स्वीकारली. आदिलशहाने त्यांना मनसबदारी दिली. तसेच त्यांच्याकडे पुणे जहागीर कायम राखली. शहाजीराजांसारखा खटपटी व सामर्थ्यशाली सरदार महाराष्ट्रात मोगल व आदिलशाही यांच्या सीमेवर ठेवण्यापेक्षा त्यास कर्नाटकात दूरच्या कामगिरीवर पाठविण्याचे आदिलशहाने ठरविले.

आदिलशहाच्या हुकमानुसार शहाजीराजे यांनी कर्नाटकाच्या मोहिमेचे प्रस्थान ठेवले. जाण्यापूर्वी पुणे जहागिरीवर दादाजी कोंडदेव हा एकनिष्ठ व कर्तबगार सेवक कारभारी म्हणून नेमला. उजाड पडलेल्या पुणे जहागिरीची लावणीसंचणी करून प्रदेश अबादान करण्याचे काम त्याच्यावर सोपविले गेले. जिजाबाई व बाल शिवाजीराजे यांना शहाजीराजांनी याच वेळी आपल्या सोबत नेले, असे शिवभारतातील पुराव्यावरून

स्पष्ट होते.

आदिलशहा व मोगल यांच्यात मैत्रीचा तह झाल्यामुळे आदिलशाहीला असणारा उत्तर सीमेवरील धोका तात्पुरता का होईना नाहीसा झाला होता. परिणामी आता आदिलशहाने आपल्या राज्याच्या दक्षिणेकडे असणारी कर्नाटकातील लहान लहान हिंदू राज्ये जिंकून घेण्याची मोहीम आखली. विजयनगरच्या राज्याच्या नाशानंतर त्या राज्याच्या प्रांतिक सुभेदारांनी स्वातंत्र्य पुकारून या राज्यांची स्थापना केली होती. त्यांना 'नायक' असे म्हटले जाई. या वेळी कर्नाटकात विजयनगरचा वंशज पेनुकोंड्याचा श्रीरंगराय, इक्केरीचा वीरभद्र, कोंगूचा केंगनायक, कावेरीपट्टणचा जगदेवराय, श्रीरंगपट्टणचा कांतिराय नरस बोडियार, तंजावरचा विजयराघव, मदुरेचा तिरुमल नायक असे अनेक हिंदू राजे (नायक) राज्य करीत होते. या राज्यांत एकी नव्हती. आदिलशहाचे होणारे आक्रमण परतवून लावण्यासाठी आपण एक झाले पाहिजे, हा सर्वांच्या कल्याणाचा विचार त्यांच्या ठिकाणी निर्माण होत नव्हता.

शहाजीराजांची कर्नाटकातील कामगिरी

सन १६३७ ते १६४० या काळात आदिलशाही सरदार रणदुल्लाखान व शहाजीराजे यांनी कर्नाटकात तीन स्वाऱ्या पार पाडल्या. पहिल्या स्वारीत त्यांनी इक्केरीच्या नायकाचे अर्धे राज्य व अठरा लक्ष होन खंडणी घेतली. दुसऱ्या स्वारीत पराक्रमी आदिलशाही सरदार अफझलखान त्यांच्याबरोबर होता. त्याने शिऱ्याच्या कस्तुरीरंगास विश्वासघाताने ठार करून त्याचा किल्ला घेतला. याच वेळी शहाजीराजांनी केंपगौडा नायकाकडून बंगळूर काबीज केले. रणदुल्लाखानाने बंगळूरचा कारभार शहाजीराजांनाच सांगितला. पुढे बंगळूर हेच शहाजीराजांच्या जहागिरीचे मुख्य ठिकाण झाले. याच स्वारीत श्रीरंगपट्टण, मदुरा, कावेरीपट्टण इत्यादी ठिकाणच्या नायकांनी शरणागती स्वीकारून आदिलशहास मोठी खंडणी दिली. तिसऱ्या स्वारीत बसवापट्टणच्या केंग नायकाचा पराभव करण्यात आला व चिक्कनायकहळ्ळी, बेलूर, बाळापूर इत्यादी ठिकाणे काबीज करण्यात येऊन प्रचंड संपत्ती विजापूरकडे पाठविण्यात आली.

रणदुल्लाखान व शहाजीराजे यांनी कर्नाटकात केलेल्या मोहिमा आदिलशाही दरबारला अपेक्षेहून अधिक फायद्याच्या झाल्या होत्या. आदिलशहाच्या खजिन्यात प्रचंड संपत्तीची व राज्यात अनेक नव्या प्रदेशांची भर पडली होती. या मोहिमांत शहाजीराजांची या हिंदू नायकांच्या बाजूने अंतस्थ सहानुभूती होती. म्हणून तर अनेक नायकांची राज्ये केवळ खंडणीवर निभावून गेली. काहींचे प्रदेशच नव्हे तर राज्येही बुडाली हे खरे. पण कर्नाटकातील बहुसंख्य नायकांचा बचाव झाला, तो शहाजीराजांच्या सहानुभूतीमूळे. कर्नाटकातील मोहिमांचा रणदुल्लाखान जरी प्रमुख असला तरी त्याच्याशी राजांचे मोठे सख्य होते. मोहिमांतर्गत धोरण ते दोघे ठरवीत होते. रणदुल्लाखानामुळेच बंगळूरची जहागीर शहाजीराजांना प्राप्त झाली होती.

शिवाजीराजांच्या शिक्षणाचा बंगळुरात प्रारंभ

शिवभारतकार कवींद्र परमानंद सांगतो की, बाल शिवाजीच्या शिक्षणाचा प्रारंभ बंगळुरात झाला आणि तोही शहाजीराजांच्या हातून झाला. शिवभारतकाराने शिवाजीराजांच्या शिक्षणाविषयी जे सांगितले आहे, ते पाहण्यापूर्वी हा शिवभारतकार कोण, हे जाणून घेतले पाहिजे.

कवींद्र परमानंद हा शिवाजी महाराजांच्या पदरी असणारा विद्वान कवी होता. 'महाभारता'प्रमाणे शिवाजी महाराजांवर आपण महाकाव्य लिहावे, या प्रेरणेतून त्याने 'शिवभारत' हा काव्यग्रंथ रचला आहे. शहाजीराजांचा पराक्रम कवींद्राने पाहिला होता आणि शिवाजीराजांचा पराक्रम तो पाहत होता. अशा वेळी शिवाजी महाराजांच्याच आज्ञेने त्याने सन १६६१ सालापर्यंतचे 'शिवचरित्र' या ग्रंथात कथन केले आहे. याचाच अर्थ हे शिवकालातील समकालीन अस्सल आणि म्हणूनच अधिक विश्वसनीय ऐतिहासिक साधन आहे. तशी साक्षही अनेक इतिहास संशोधकांनी दिली आहे.

बंगळूरच्या मुक्कामी शहाजीराजांनी बाल शिवाजीराजांच्या शिक्षणाची व्यवस्था कशी केली होती, हे कवींद्र परमानंद पुढीलप्रमाणे सांगतो -

"बलराम व कृष्ण यांच्यायोगे जसा वासुदेव नेहमी शोभत असे, त्याप्रमाणे शंभूजी व शिवाजी यांच्या योगे शहाजी शोभत असे.

शंभूजीपेक्षा वयाने धाकटा; पण गुणांनी मोठा असा आपला पुत्र शिवाजी यावर शहाजीराजांचे फार प्रेम होते.... मग तो गुणवान मुलगा (शिवाजी) **सात वर्षांचा झालेला पाहून,** तो मुळाक्षरे शिकण्यास योग्य झाला आहे, असे शहाजीराजांस वाटले.

तेव्हा प्रधानांच्या समवयस्क पुत्रांसह बुद्धिमान आणि स्पष्टोच्चार करणाऱ्या त्या पुत्राला (शहाजीराजांनी) गुरूच्या मांडीवर बसवले.

गुरुजी जे पहिले अक्षर लिहिण्यास सांगतात, तेच हा (शिवाजीराजा) दुसरे अक्षरसुद्धा लिहून दाखवीत असे.

सकल विद्यांचे द्वारच अशी जी मुळाक्षरे, ती सर्व गुरुजींनी त्याला उत्तम रीतीने शिकवली.'' (शिवभारत, अध्याय ९, श्लोक ६१-७३)

कवींद्र परमानंदाच्या निवेदनातील शिवाजीराजे 'सात वर्षांचे' झालेले पाहून, हे शब्द फार महत्त्वाचे आहेत. याचा अर्थ शिवाजीराजे आपल्या मातेसह सन १६३६ सालीच कर्नाटकात गेलेले होते.जेव्हा त्यांना सात वर्षे पूर्ण झाली (म्हणजे १६३७) तेव्हा त्यांच्या शिक्षणासाठी शहाजीराजांनी गुरुजनांची नेमणूक केली आणि त्यांच्या शिक्षणास प्रारंभ केला.

शहाजीराजांनी शिवाजीराजांची बंगळूरहून पुणे प्रांताकडे त्यांच्या वयाच्या १२ व्या वर्षी म्हणजे १६४१ साली त्यांच्या मातोश्रींसह रवानगी केली. शिवाजीराजांना शहाजीराजांनी मोठ्या इतमामात व सेनासंभारासह कसे पाठविले, ते कवींद्र परमानंद पुढीलप्रमाणे सांगतो -

''शहाजीराजांनी शिवाजीराजांची पुणे प्रांताच्या अधिपत्यावर योजना केली, तेव्हा त्या प्रतापी पित्याने ते आधिपत्य दिले असता, स्वप्रदेशात जाऊ इच्छिणारा तो शिवाजी राजा विशेष शोभू लागला.

नंतर काही हत्ती, घोडे व पायदळ, पिढीजात विश्वासू अमात्य, त्याचप्रमाणे **विख्यात अध्यापक,** बिरुदे, उंच ध्वज, विपुल द्रव्य, त्याचप्रमाणे अद्वितीय कर्मे करणारे दुसरे परिजन या समवेत त्या पुण्यशील पुत्रास शहाजीराजाने शुभदिनी पुणे प्रांती पाठविले.

मग काही दिवसांनी तो सूर्यवंशोत्पन्न (शिवाजीराजा) कर्नाटक प्रांताहून महाराष्ट्र देशास निघाला.

प्रभाव, उत्साह व मंत्र या तीन शक्ती, सेनासमूह आणि स्वतःची राजलक्ष्मी यांनी युक्त असा शिवाजीराजा पुणे शहरास पोचला.

पुढे अनुकूल मंत्र्यांच्या साहाय्याने प्रजेला (आनंद) देत असता. तो

पराक्रमी (शिवाजीराजा) हळूहळू वाढू लागला. त्याबरोबर त्याचे यशही वाढू लागले.

त्या विनयशील व गुणवान शिवाजीराजाच्या पदरी असलेले गुरू कृतार्थ झाले - (म्हणजे त्यांनी शिकविलेल्या सर्व विद्या व कला यांमध्ये तो निपुण झाला.)'' (शिवभारत, अध्याय १०, श्लोक २३-३३)

वरील वर्णनात शहाजीराजांनी शिवाजीबरोबर सेनासंभार व गुणी अमात्यांबरोबरच 'विख्यात अध्यापक' पाठविल्याचा उल्लेख या ठिकाणी फार महत्त्वाचा आहे. कारण, पुणे प्रांतात आल्यावर शिवाजीराजांचे विविध विद्या आणि कला यांमधील शिक्षण याच कुशल अध्यापकांकडून झाले, हे स्पष्ट आहे.

आता शिवाजीराजांनी कोणकोणत्या प्राचीन ग्रंथांचा, शास्त्रे व विद्यांचा, तसेच कलांचा अभ्यास आपल्या गुरुजनांच्या मार्गदर्शनाखाली केला, याची यादीच कवींद्र परमानंदाने दिली आहे. या यादीतील विषय पाहा -

श्रुती, स्मृती, पुराणे, रामायण व महाभारत, राजनीतिशास्त्र, बहुविध भाषा, पद्यरचना, सुभाषिते, काव्यशास्त्र, फलज्योतिष, सांग धनुर्वेद, अश्वपरीक्षा, गजपरीक्षा, अश्वारोहण, गजारोहण; तलवार, पट्टा, भाला, चक्र इत्यादी शस्त्रे चालविण्याची कला, बाहुयुद्ध, युद्धकला, दुर्ग दुर्गम करण्याचे शास्त्र म्हणजे दुर्गशास्त्र, दुर्गम अशा शत्रूप्रदेशातून निसटून जाण्याची कला, शत्रुपक्षाचे इंगित जाणण्याची कला, जादूगिरी, विष उतरविण्याची कला, रत्नपरीक्षा इत्यादी. (शिवभारत, अध्याय १०, श्लोक ३४-४०)

उपरोक्त शास्त्रे व कला शिवाजीराजे खरोखरच शिकले की, ही केवळ कवींद्र परमानंदाची कविकल्पना आहे, याचे प्रत्यंतर आपणास 'शिवचरित्र' वाचत असताना येते. अफझलखान प्रकरणात त्यांच्या बाहुयुद्धाचे प्रत्यंतर येते, आग्र्याहून सुटका प्रकरणात शत्रूच्या प्रदेशातून निसटून जाण्याच्या कलेचे प्रत्यंतर येते तर महाराजांनी बांधलेल्या प्रतापगड, राजगड, सिंधुदुर्ग या किल्ल्यांकडे पाहिले की, त्यांच्या दुर्गबांधणीच्या शास्त्रनैपुण्याचा दाखला मिळतो. अशा अनेक गोष्टी सांगता येतील. इथे महत्त्वाचा मुद्दा असा की, या सर्व कला व शास्त्रे एकच एक पंडित (शिक्षक) शिकवू शकला नसता. म्हणून शहाजीराजांनी

निरनिराळ्या कलांत व शास्त्रांत निष्णात असणारा एक अध्यापक वर्गच शिवाजीराजांबरोबर कर्नाटकातून पाठविला होता.

पुढे हा सर्व निष्णात अध्यापक वर्ग पुणे जहागिरीत आल्यावर राजमाता जिजाबाईंच्या पूर्व देखरेखीखाली असणे स्वाभाविक होते.

शिवरायांच्या शिक्षण/प्रशिक्षणाचे श्रेय कोणाला?

आतापर्यंत मराठ्यांच्या इतिहासकारांपैकी बहुतेकांनी शिवाजी महाराजांच्या शिक्षण/प्रशिक्षणाचे श्रेय पुणे जहागिरीचा कारभारी दादाजी कोंडदेव यास दिले आहे. या इतिहासकारांच्या यादीत न्या. म. गो. रानडे, इतिहासाचार्य राजवाडे, भारताचार्य चिं. वि. वैद्य, रियासतकार सरदेसाई, कृष्णाजी अर्जुन केळूसकर इत्यादी नामवंत शिवचरित्रकारांची नावे आहेत. बाल शिवाजीराजांना सर्व कला व शास्त्रे दादाजीने शिकवली अथवा ती शिकवण्याची चोख व्यवस्था केली, असे लिहिण्याचा सर्वसाधारणपणे या सर्वांचा रोख आहे.

वानगीदाखल रियासतकार सरदेसाईं यांचा दादाजीबद्दलचा अभिप्राय पाहण्यासारखा आहे. ते लिहितात -

"शिवाजीचे शिक्षण व जहागिरीची व्यवस्था या दोन्ही गोष्टी दादाजीने अल्पावधीत फार चांगल्या सिद्धीस नेल्या. दादाजी एक लहानसा कारकून होता, हा समज चुकीचा आहे. तो राजकारण जाणणारा चतुर मुत्सद्दी व करडा प्रधान होता. शहाजीची नोकरी इमानाने बजावित असता शिवाजीस त्याने योग्य वळण लावून पुढील उद्योगास समर्थ केले... शहाजीच्या जहागिरीची व्यवस्था म्हणजे भावी राज्याचा पाया त्याने घालून दिला. (मराठी रियासत, खंड १, सुधारित आवृत्ती, १९८८, पृ. १३९-१४१)

सरदेसाई यांनी शिवाजी महाराजांच्या केवळ शिक्षणाचेच नव्हे तर त्यांना 'योग्य वळण लावून पुढील उद्योगास समर्थ' करण्याचे तसेच 'भावी राज्याचा पाया' घालण्याचे श्रेय दादाजीच्या पदरात टाकले आहे! असे अनेक इतिहासकारांनी केले आहे. या सर्व इतिहासकारांची भिस्त शिवाजी महाराजांनंतर शे-दोनशे वर्षांनी लिहिलेल्या बखरीवर आहे. शिवभारत, जेधे शकावली, जेधे करीना यांसारख्या एकाही समकालीन

विश्वासार्ह साधनांत दादाजी कोंडदेवचे नावसुद्धा येत नाही. मग त्याने केलेल्या शिक्षणाचा प्रबंध ही फारच दूरची गोष्ट आहे.

इतिहास संशोधक स. म. दिवेकर यांनी तंजावरच्या 'सरस्वती महाल लायब्ररी' या प्रसिद्ध हस्तलिखित ग्रंथालयात 'शिवभारत' या संस्कृत ग्रंथाचा शोध लावला व पुढे ह्या ग्रंथाच्या मराठी अनुवादासह तो १९२७ साली प्रसिद्ध केला. या ग्रंथाच्या उपलब्धीमुळे शिवचरित्रामध्ये लक्षणीय भर पडली. शिवचरित्रातील अनेक बारकावे या ग्रंथात नोंदविले आहेत. कवींद्र परमानंदाने हा ग्रंथ शिवाजी महाराजांच्या आज्ञेने रचला असल्याने त्याची विश्वासार्हता सर्वच इतिहासकारांनी मान्य केली आहे. तथापि, बाल शिवाजीराजांच्या शिक्षणाची शहाजीराजांनी केलेली व्यवस्था, विशेषत: विख्यात अध्यापकांचा एक जथाच कर्नाटकातून पुणे प्रांताकडे पाठविण्याची केलेली कार्यवाही, याकडे मराठी शिवचरित्रकारांचे जावे तेवढे लक्ष गेलेले नाही. हे खरे की, त्यांनी परमानंदाच्या या नोंदीची दखल घेतलेली आहे. पण तिचे महत्त्व अधोरेखित करून दादाजी कोंडदेव विषयीचा जो वृत्तांत बखरीत दिला आहे, त्यास छेद देण्याचे काम त्यांच्याकडून झाले नाही. उत्तरकालीन बखरीत दादाजीने शिवरायांना दिलेल्या शिक्षण/प्रशिक्षणाची एवढी रसाळ वर्णने आलेली आहेत की, त्यांच्या दबावाखाली समकालीन परमानंदाने केलेल्या नोंदी त्यांच्याकडून उपेक्षित राहिल्या असाव्यात.

याचा परिणाम मात्र असा झाला की, शिवाजीराजांच्या शिक्षणाची, जडणघडणीचे श्रेय दादाजीला देण्याची परंपरा अखंडपणे महाराष्ट्रात सुरूच राहिली. प्रथम प्रथम 'शिक्षक' म्हणून स्थापित झालेल्या दादाजीला बढती देऊन त्यास शिवाजीराजांच्या 'गुरुपदा'वर आरूढ केले गेले. दादाजी शिवरायांचा 'गुरू' बनला. शिक्षक कोणास म्हणावे अन् गुरू कोणास म्हणावे याचे भान भल्याभल्यांना राहिले नाही.

पण आता शे-दोनशे वर्षांनी लिहिलेल्या बखरीतील पुरावे बाजूला सारून परमानंदाच्या शिवभारतातील अस्सल समकालीन पुराव्यांना ग्राह्य मानले पाहिजे. हे समकालीन पुरावे स्वीकारले की बखरीतील काल्पनिक इतिहासाला छेद जाऊन तत्कालीन वास्तव इतिहास पुढे येतो. शिवाजीराजांच्या शिक्षणाचा प्रारंभ शहाजीराजांच्या नजरेखाली

बंगळुरात झाला व शिक्षणाची समाप्ती पुणे जहागिरीत जिजाऊंच्या देखरेखीखाली झाली, हा वास्तव इतिहास आपण स्वीकारला तर शिवरायांच्या शिक्षण/प्रशिक्षणाचेच नव्हे तर त्यांच्या व्यक्तिमत्त्वाच्या जडणघडणीचे श्रेय शहाजीराजे व जिजाऊ यांनाच द्यावे लागते आणि तसे ते देणे इतिहासाला धरून होईल.

स्वराज्याची पूर्व तयारी कोणी केली?

दादाजीने पुणे जहागिरीची चोख व्यवस्था लावली; गुंडपुंडांचा बंदोबस्त केला, लावणी-संचणी करून प्रदेश अबादान केला, शिवाजीराजांना राज्यकारभाराचे प्राथमिक धडे दिले, मावळ्यांचे लष्कर उभे केले. थोडक्यात, रियासतकार सरदेसाई सांगतात त्याप्रमाणे शिवाजीराजाच्या 'भावी राज्याचा पाया' दादाजी यानेच घालून दिला, अशा स्वरूपाचा इतिहास आतापर्यंत शाळा-कॉलेजात शिकवला गेला आहे.

पण आपण पाहिले की, परमानंदाच्या शिवभारतातील नोंदी या इतिहासाला छेद देत आहेत. शिवाजीराजांना बारावे वर्ष लागताच शहाजीराजांनी त्यांची महाराष्ट्रात पुणे जहागिरीकडे पाठविण्याची योजना केली. त्याप्रमाणे जिजाऊ व शिवराय यांची रवानगीही केली. त्यांच्यासोबत शहाजीराजांनी काय काय दिले, याची यादी पाहिली की आपल्या लक्षात येते की, शहाजीराजांच्या मनात यावेळी शिवरायांविषयी काय काय संकल्पना नांदत होत्या. परमानंद सांगतो की, कर्नाटकातून महाराष्ट्रात धाडताना शहाजीराजांनी शिवाजीराजांबरोबर हत्ती, घोडे, पायदळ, पिढीजात विश्वासू अमात्य (प्रधान), विख्यात अध्यापक, बिरुदे, उंच ध्वज, विपुल खजिना आणि अत्यंत पराक्रमी असे सेवक यांना दिले गेले. थोडे बारकाईने पाहिले तर लक्षात येते की, नव्या राजाला राज्याच्या स्थापनेला जे जे आवश्यक असते ते ते शहाजीराजांनी शिवाजीराजांना सोबत दिले आहे.

शिवभारताप्रमाणेच सभासद बखर व जेधे करीना ही दोन साधने समकालीन व विश्वसनीय मानली जातात. त्यामध्ये शहाजीराजांनी शिवाजीराजांबरोबर श्यामराव नीळकंठ (पेशवा), बाळकृष्ण दीक्षित (मुजुमदार), सोनोपंत (डबीर), रघुनाथ बल्लाळ (सबनीस), माणकोजी

दहातोंडे (सरनोबत) यांचे एक छोटे प्रधानमंडळही दिल्याच्या नोंदी मिळतात. या सर्व समकालीन नोंदी काय दर्शवितात?

याहीपेक्षा एक महत्त्वाची गोष्ट म्हणजे शिवाजी महाराजांनी आपल्या स्वराज्याचा उद्योग सुरू केल्यावर आपली म्हणून जी राजमुद्रा स्वीकारली, तीसुद्धा शहाजीराजांनीच तयार करून दिली असणार, यात शंका नाही. स्वत: शहाजीराजे संस्कृततज्ज्ञ होते. त्यांच्या पदरी ७० हून अधिक पंडित आश्रित म्हणून होते. त्यांना ते संस्कृतमधून 'समस्या' घालत असत, अशी शहाजीराजांचा चरित्रकार कवी जयराम पिंडे याची साक्ष आहे. या सर्व पार्श्वभूमीवर आपल्या पुत्राच्या भावी राज्याविषयीच्या भावना व संकल्पना शब्द रूपाने संस्कृत श्लोकात राजमुद्रेच्या स्वरूपात शहाजीराजांनी उतरवल्या आहेत, असे म्हटल्यास ते चुकीचे होणार नाही.

शिवरायांची राजमुद्रा अशी आहे :

"प्रतिपच्चंद्र लेखेव वर्धिष्णुर्विश्ववंदिता ।
शाहसुनो: शिवस्यैषा मुद्रा भद्राय राजते ॥"

(प्रतिपदेच्या चंद्रकलेप्रमाणे हळूहळू क्रमाने वाढणारी व विश्वाने वंदिलेली शहाजीपुत्र शिवाजी यांची ही मुद्रा सर्वांच्या कल्याणासाठी विलसत आहे.)

मराठ्यांचे हे राज्य कलेकलेने वाढत जाणार असून ते जगात मानाचे स्थान मिळवणार आहे, असा आत्मविश्वास या मुद्रेत प्रकट केला आहे. परंतु हे राज्य केवळ एका व्यक्तीच्या कल्याणासाठी नसून ते सर्वांच्या कल्याणासाठी आहे, हे कल्याणकारी राज्याचे तत्त्व या ठिकाणी नमूद केले आहे. एक प्रकारे हिंदवी स्वराज्याचा संकल्पच या मुद्रेत व्यक्त झालेला आहे.

शहाजीराजांच्या कर्नाटकातील हालचाली (सन १६४१ ते १६६४)

शहाजीराजांनी कर्नाटकात बंगळुरास एखाद्या स्वतंत्र राजाला शोभेल

असा सरंजाम व दरबार तयार केला. हिंदू नायकांचे वकील इमेशा त्यांना भेटू लागले व राजकारण करू लागले. खुद्द शहाजीराजांना या हिंदू नायकांबद्दल आतून सहानुभूती वाटत होती. सन १६४३ साली रणदुल्लाखान मृत्यू पावला आणि त्याची जागा आता मुस्ताफाखान या कडव्या मुसलमान सेनानीने घेतली. स्वत:स विजयनगरच्या राजघराण्यातील वंशज समजणाऱ्या पेनुकोंड्याच्या श्रीरंगरायाने हिंदू नायकांच्या साहाय्याने कर्नाटकात हिंदू सत्तेची उभारणी करण्याचा प्रयत्न चालविला होता, त्याच्यावरील स्वारीत मुस्ताफाखान व शहाजीराजे यांचे वितुष्ट आले. श्रीरंगरायाबद्दल राजांनी सहानुभूती बाळगून खानाकडे रदबदली केली. त्यावरून "शहाजी हिंदूंचा पुरस्कार करतो आणि मुसलमानांच्या राज्यवृद्धीस हरकत आणितो," असा संशय खानास व खानाचे कान भरल्यामुळे खुद्द आदिलशहासही येऊ लागला. त्यामुळे सन १६४४ साली आदिलशहाची शहाजी राजांवर इतराजी झाली. पुढे श्रीरंगरायाबरोबर झालेल्या तीव्र संघर्षात आदिलशाही फौजांनी त्याचे वेलोर हे मजबूत ठिकाण काबीज केले (सन १६४७).

पुढच्या साली (सन १६४८) मुस्ताफाखान व शहाजीराजे यांनी रूपनायकाच्या जिंजी किल्ल्यास वेढा दिला. याच वेढ्याच्या प्रसंगी गोवळकोंड्याच्या कुतुबशाहीशी आतून संधान बांधल्याचा आरोप ठेवून खानाने शहाजीराजांस विश्वासघाताने कैद केले (२५ जुलै, १६४८). राजांस कैद करण्याच्या कामात मुधोळचा बाजीराजे घोरपडे हा प्रमुख होता. शहाजीराजांना विजापूरला आणण्यासाठी अफझलखानाची आदिलशहाने खास नेमणूक केली. लवकरच मुस्ताफाखान मृत्यू पावला व त्याच्या ठिकाणी वजीर खान महंमद जिंजीचा वेढा चालविण्यासाठी नेमला गेला. या वर्षाच्या शेवटी जिंजी हस्तगत झाली व २० कोटींची संपत्ती आदिलशहाला प्राप्त झाली. ही प्रचंड संपत्ती व कैदी शहाजीराजे यांना घेऊन अफझलखान विजापुरी दाखल झाला.

दरम्यान आदिलशहाने शहाजीराजांच्या महाराष्ट्रातील पुणे जहागिरीवर व कर्नाटकातील बंगळूर जहागिरीवर आपल्या फौजा पाठविल्या होत्या. कर्नाटकात शहाजीपुत्र संभाजीराजे व महाराष्ट्रात शिवाजीराजे यांनी मोठ्या पराक्रमाने या फौजा परतवून लावल्या. अशा प्रकारे या जहागिऱ्या जप्त करण्यात शहाला अपयश आले.

याच वेळी शिवाजीराजांनी आपल्या पित्याची सुटका करण्यासाठी मोगल सुभेदार शहाजादा मुरादबक्ष याचेही दडपण आदिलशहावर आणण्याचा प्रयत्न केला. मुरादने चांगला प्रतिसाद दिला. तथापि, मोगली दडपणापेक्षा शहाजीराजांच्या पुत्रांच्या पराक्रमामुळेच त्यांची सुटका झाली, असे म्हणावे लागेल. कारण आता आदिलशहापुढे शहाजीराजांची सुटका करण्यावाचून अन्य पर्याय राहिला नाही. १६ मे, १६४९ रोजी त्यांची मुक्तता झाली. या सर्व प्रकरणात तडजोड म्हणून शिवाजीराजांना अत्यंत प्रिय असणारा कोंढाणा किल्ला आदिलशहाला द्यावा लागला.

कैदेतून सुटका झाल्यानंतर कर्नाटकातील रायचूर दुआबातील कनकगिरी प्रदेशात बरीच वर्षे शहाजीराजांनी व त्यांचे पुत्र संभाजीराजे यांनी वास्तव्य केले. याच सुमारास आदिलशाही व कुतुबशाही यांच्यामध्ये कर्नाटकातील प्रदेशासंबंधी युद्ध सुरू झाले (सन १६५१). या युद्धात आदिलशाहीच्या वतीने शहाजीराजांनी पराक्रम गाजविला आणि कुतुबशहाकडून ९ लक्ष होनांचा दंड वसूल केला. पुढे १६५४ साली कनकगिरीच्या नायकावर अफझलखान व संभाजीराजे यांनी मोहीम काढली असता संभाजीराजे तोफेच्या गोळ्याने ठार झाले. अफझलखानाने संभाजीराजांना हेतूपुरस्सर वेळेवर मदत न पोहोचविल्याने त्यांस प्राणास मुकावे लागले, असा प्रवाद त्या काळी निर्माण झाला. या गुन्ह्याचे प्रायश्चित्त पुढे शिवाजीराजांनी प्रतापगडाच्या पायथ्याशी खानास दिले.

या दरम्यानच्या काळात शिवाजीराजांचे स्वराज्याचे उद्योग चालले होते. त्यांच्या या उद्योगांना शहाजीराजांनी उघड पाठिंबा देणे शक्य नव्हते. उलट त्यांनी शिवाजीराजांच्या कृत्यांशी आपला काहीही संबंध नाही, असे आदिलशाही दरबाराला कळविले होते. तथापि, आपण जे करू शकलो नाही, ते आपला पुत्र करत असल्याचे पाहून त्यांना अंतर्यामी आनंदच वाटत होता.

लवकरच सन १६५६ साली महंमद आदिलशहा मृत्यू पावला व त्याच्या गादीवर त्याचा पुत्र अली आदिलशहा हा बसला. तो अल्पवयीन असल्याने त्याची माता बडी साहिबा राज्याचा कारभार पाहू लागली. तेव्हा साहजिकच दरबारात कारस्थानांचे राजकारण सुरू झाले. वजीरखान महंमदाचा खून करण्यात आला. याचा फायदा शिवाजीराजांनी आपल्या

राज्यवृद्धीसाठी करून घेतला. त्यांनी जावळीवर स्वारी काढून ती जहागीर जिंकून पुणे जहागिरीला जोडली. याचा परिणाम आदिलशाहीमधील शहाजीराजांच्या स्थानावरही होऊ लागला. तथापि, शहाजीराजांनी थोडी तंबी देताच आदिलशाही दरबार त्यांच्याशी सरळ वागू लागला. शिवाजीराजांच्या कृत्याचा जाब शहाजीराजांना विचारणार नाही, असे अली आदिलशहाने त्यांना फर्मान पाठविले (सन १६५८).

यानंतर शहाजीराजे व त्यांचे दुसरे पुत्र व्यंकोजीराजे यांनी तंजावर, त्रिचनापल्ली हे मद्रास किनाऱ्यावरील प्रदेश जिंकण्याचा प्रयत्न केला. तथापि, तेथील नायकांनी संयुक्त प्रतिकार केल्याने त्यांना ते प्रदेश जिंकणे शक्य झाले नाही. दरम्यान शिवाजीराजांनी अफझलखानाचा वध करून आदिलशाही फौजांवर मोठा विजय मिळविल्याने त्यांच्या राज्याची व सामर्थ्याची मोठी वाढ झाली. लढण्यापेक्षा राजकारणाने शिवाजीराजांवर मात करता येईल, असे वाटून आदिलशाही दरबारने शहाजीराजांना महाराष्ट्रात जाऊन शिवाजीराजांशी वाटाघाटी करण्यास सांगितले.

महाराष्ट्रात आल्यावर (सन १६६२) शहाजीराजांना आपल्या पुत्राची कामगिरी पाहून मोठा संतोष झाला. शिवाजीराजे व जिजाऊ यांची शहाजीराजांशी अनेक वर्षे भेट झाली नव्हती. त्यामुळे त्यांच्या आगमनाने सर्वांनाच मोठा आनंद झाला असणे स्वाभाविकच होते. पिता-पुत्र-माता या तिघांनी घडून गेलेल्या व आता योजलेल्या अनेक गोष्टींची चर्चा केली. पिता-पुत्रांनी सर्व राज्याची पाहणी करून रायगड ही जागा राजधानीसाठी निवडली. सन १६६३ च्या सुरुवातीस शहाजीराजांनी जिजाऊ व शिवाजीराजे यांचा निरोप घेऊन कर्नाटकाकडे प्रयाण केले. आपणहून आदिलशाही मुलखावर हल्ला करणार नाही; उलट मोगलांशी लढताना आपण आदिलशहाशी सहकार्य करू, असे आश्वासन आदिलशहासाठी शिवाजीराजांनी आपल्या पित्याजवळ दिले.

शहाजीराजांचा मृत्यू

महाराष्ट्रातून कर्नाटकात गेल्यावर अली आदिलशहाने शहाजीराजांना बेदनूरच्या राज्यावर स्वारीसाठी धाडले. बेदनूरच्या नायकाला शरण

आणून स्वारीवरून परत बंगळूरकडे येत असता शिमोगा जिल्ह्यातील होदिगेरे या गावी त्यांनी मुक्काम केला. या मुक्कामात ते शिकारीसाठी बाहेर पडले असताना घोड्यावरून पडून त्यांचा अपघाती मृत्यू झाला (२३ जाने. १६६४). महाराष्ट्रात ही बातमी आली तेव्हा शिवाजीराजे नुकतेच सुरतेच्या मोहिमेवरून परतले होते. जिजाऊंनी तर सती जाण्याची सिद्धता केली, तेव्हा शिवाजीराजांनी गळा पडून व आपल्या मातेचे अनेक प्रकारे सांत्वन करून त्यांना त्या विचारापासून परावृत्त केले.

पित्याने पुत्रास काय दिले? आणि पुत्राने काय घेतले?

शहाजीराजांचे समग्र चरित्र पाहणे, हे या लेखाचे उद्दिष्ट नाही. शहाजीराजांनी एक महान पिता म्हणून कोणती भूमिका बजावली, हे समजून घेणे इथे महत्त्वाचे आहे

पिता म्हणजे दुसरा गुरू

कोणाही व्यक्तीचा 'पहिला गुरू' त्याची माता असते. मुलाचा पहिला हुंकार ती ऐकते, त्याला पहिली साद तीच घालते. तीच त्याला पहिला शब्द त्याच्या मुखातून वदवून घेते, तीच भाषा व संस्कार देते. तेव्हा पहिला गुरू म्हणून मातेचे स्थान कोणीही घेऊ शकत नाही.

पिता 'गुरू' म्हणून दुसऱ्या स्थानावर येतो. तो फारसे शिकवत नाही; पण त्याच्या प्रकट विचार-आचारांवरून मूल शिकत असते. शहाजीराजांसारख्या पित्याच्या विचार-आचारांपासून शिवाजीराजांना खूप शिकण्यासारखे होते. शहाजीराजांच्या पदरी असणाऱ्या विद्वान शास्त्रीपंडितांशी त्यांची होणारी काव्यशास्त्रविनोद चर्चा, कर्नाटकातील नायकांच्या वकिलांशी होणारी संभाषणे व राजनैतिक वाटाघाटी, दरबारात होणारे न्यायनिवाडे, लष्करी मोहिमांची आखणी व डावपेच, खुद्द जिजाऊंशी होणारी सल्लामसलत अशा अनेक बाबींतून प्रकट होणारे शहाजीराजांचे व्यक्तिमत्त्व म्हणजे शिवाजीराजांसारख्या भावी राज्यकर्त्यापुढे एक आदर्शच होता. हा एक प्रकारचा सांस्कृतिक, प्रशासनिक व राजनैतिक संस्कार होता. बंगळूर मुक्कामी शहाजीराजांच्या सहवासात

संस्कारक्षम वयात शिवाजीराजांना मिळालेला हा संस्कार म्हणजे पित्याची मोठी देणगीच होती.

हा पिता काही सामान्य नव्हता

शहाजीराजे भोसले म्हणजे कोणी सामान्य जहागीरदार नव्हते. ते दक्षिणेतील एक बलदंड व श्रेष्ठ असे सेनानी होते. महाराष्ट्रात मोगलांशी लढत असता त्यांच्याजवळ ४० हजार सैन्य होते. पुढे ते कर्नाटकात गेले तरी ते एक शक्तिशाली फौजबंद सरदार म्हणूनच वावरत होते. त्यांच्या खाजगी घोडदळात तीन हजारांवर घोडेस्वार असल्याचे नमूद आहे. सन १६६४ साली पोर्तुगीज व्हाइसरॉयने आपल्या वृत्तांतात लिहिले आहे की, शहाजीराजांचे वार्षिक उत्पन्न २० लाख ७५ हजार होन होते.

आपल्या जहागिरीच्या मुलखात आपल्या मराठा अधिकाऱ्यांच्या साहाय्याने शहाजीराजांनी राज्यकारभाराची कार्यक्षम यंत्रणा निर्माण केली होती. न्यायव्यवस्था, जमीन महसूल व जमा-खर्चाची चोख व्यवस्था राखली होती. "जणू काही परमेश्वरच शहाजीसारख्या थोर हिंदू नेत्यामार्फत विजयनगरच्या पराक्रमी हिंदू राजांची श्रेष्ठ परंपरा पुनरपि चालवत आहे, अशी तेथील जनतेची शहाजीबद्दल श्रद्धा होती." प्रजेचे कल्याण हेच राज्यकर्त्याचे अंतिम ध्येय असले पाहिजे, हा आदर्श शहाजीराजांनी घालून दिला होता.

बंगळूर मुक्कामी शहाजीराजांनी राजदरबारी थाट निर्माण केला होता. कर्नाटकातीलच नव्हे तर सर्व देशांतील पंडितांचा ओघ त्यांच्या दरबाराकडे चालू झाला होता. कर्नाटकातील प्रजेला असे वाटत होते की, शहाजीराजा विजयनगरच्या साम्राज्याने निर्माण केलेली हिंदू संस्कृतीची परंपरा पुनरुज्जीवित करत आहे. जयराम पिंडे नावाच्या कवीने शहाजीराजांवर 'राधामाधवविलासचंपू' नावाचा एक चरित्रपर काव्यग्रंथ रचला आहे. त्यात त्याने त्यांच्या दरबारातील ७० पंडितांची नावानिशीवार माहिती नोंदविली आहे. त्यावरून राजांची उच्च अभिरुची व हिंदू संस्कृतीबद्दलचा आदर दृग्गोचर होतो. परिणामी हिंदू संस्कृतीच्या विद्या व कला यांच्या परंपरांचे जतन करण्याचे एक जिवंत उदाहरणच शिवाजीराजांसमोर

असल्याने पुढे त्यांनीही अनेक पंडितांना राजाश्रय दिल्याचे व त्यांच्याकडून 'राज्यव्यवहार कोश' यासारखे ग्रंथ तयार करून घेतल्याची इतिहासाची साक्ष आहे.

शहाजीराजे म्हणजे महाराष्ट्राबाहेर पडून अन्य प्रदेशांत मराठी भाषा, संस्कृती व परंपरा नेणारे, महाराष्ट्राच्या बाहेर मराठी वसाहती स्थापन करणारे, दुसऱ्या शब्दांत 'बृहन्महाराष्ट्राची' निर्मिती करणारे पहिले मराठा राज्यकर्ते होते. बृहन्महाराष्ट्र म्हणजे महाराष्ट्राच्या बाहेरचा महाराष्ट्र. म्हणजेच मराठी संस्कृतीचा महाराष्ट्राच्या बाहेर प्रसार व विकास. बंगळूर, कोलार, होसकोट, दोड्डबाळापूर, सिरा इत्यादी प्रदेश शहाजीराजांच्या जहागिरीत मोडत होते. या प्रदेशाचा कारभार पाहण्यासाठी राजांनी ठिकठिकाणी अनेक मराठी अंमलदार नेमले. त्यांच्याबरोबर व नंतर शेकडो मराठी कुटुंबे कर्नाटकात गेली व तेथेच स्थायिक झाली. त्यामुळे महाराष्ट्राच्या बाहेर मराठी संस्कृती व भाषा यांचा प्रसार झाला. व्यंकोजीराजांच्या कारकिर्दीत तंजावर ही त्यांची राजधानी झाली. तेथे मराठी भाषा व साहित्य यांचा अभ्यास सुरू झाला. शहाजीराजांच्या नंतर शिवाजीराजांनी कर्नाटक दिग्विजय करून मराठी संस्कृतीचा आणखी मोठ्या प्रमाणावर तेथे प्रसार घडवून आणला.

पित्याच्या चरित्रापासून घेतलेले धडे

शहाजीराजे म्हणजे कोणी सामान्य सरदार नव्हते, हे आपण पाहिले. निजामशाही सोडून प्रथम ते आदिलशाही दरबारात रुजू झाले तेव्हा त्यांचे इब्राहिम आदिलशहाने मोठे स्वागत करून त्यास 'फर्जंद' हा किताब दिला होता. 'फर्जंद'चा अर्थ दरबारात युवराजाची जी प्रतिष्ठा असते, ती प्रतिष्ठा व मानसन्मान असणारा सरदार. याशिवाय लष्करातील 'सरलष्कर' हे सर्वश्रेष्ठ पदही त्यांना बहाल करण्यात आले होते. असे असूनही जेव्हा इब्राहिम आदिलशहा मरण पावून त्याच्या जागी महंमद आदिलशहा आला, तेव्हा त्यांच्यावर त्याची इतराजी झाली आणि त्यांना आदिलशाही दरबार सोडून निजामशाहीची वाट धरावी लागली. तेथे तर त्यांची आणखी निराशा झाली. खुद्द निजामशहानेच त्यांचे सासरे लखुजीराव यांचा भर दरबारात खून केला. अशा धोकादायक

वातावरणातून निसटून ते मोगलांकडे गेले, तिथंही त्यांना विश्वासघातकी वागणूक मिळाली. तेव्हा मोगलांचीही बाजू सोडून त्यांनी स्वतंत्रपणे नव्या निजामशाहीचा डाव टाकून पाहिला. त्यातही त्यांना अपयश मिळाल्यावर ते पुन्हा आदिलशहाचे सेवक बनले. ही सेवा बजावत असता त्यांनी मोठमोठे पराक्रम केले. पण त्याचे पारितोषिक म्हणून त्यांच्या नशिबी अखेर कैद आली.

शिवाजीराजांसमोर शहाजीराजांची ही राजकीय कारकिर्द उभी होती. त्यातून स्पष्ट दिसत होते की मराठा सरदार कितीही मोठा झाला, कितीही कर्तबगार व पराक्रमी झाला, तरी सुलतानाच्या मर्जीवर त्याचे सर्व अस्तित्व अवलंबून असते. त्याची सर्व प्रतिष्ठा सुलतानाच्या लहरीवर खाली-वर होत असते. एवढेच नव्हे तर त्याचा प्राणसुद्धा केव्हाही धोक्यात येऊ शकतो.

या सर्वांतून शिवाजीराजे काय शिकले? कोणत्याही परिस्थितीत आपण कोणा सुलतानाची वा मोगल बादशहाची चाकरी करायची नाही, हा सर्वांत मोठा धडा त्यांनी शहाजीराजांच्या चरित्रातून घेतला व स्वतंत्र राज्याच्या स्थापनेचा मार्ग त्यांनी स्वीकारला.

शहाजीराजांच्या चरित्राचा आणखी एक विशेष शिवाजीराजांच्या दृष्टीने होता. तो म्हणजे आपण एक स्वतंत्र राज्य स्थापन करू शकतो, हा आत्मविश्वास त्यांना शहाजीराजांच्या चरित्रातूनच मिळाला. निजामशहाच्या वंशामधील एक मूल शोधून व त्यास पेमगिरीवर नूतन निजामशहा म्हणून घोषित करून, त्यांनी एका स्वतंत्र राज्याचीच उद्घोषणा केली होती. जरी ते या नव्या राज्यास 'निजामशाही' म्हणत असले तरी ती एका सामर्थ्यशाली मराठा सरदाराने आपल्या मराठी लष्कराच्या जोरावर स्थापन केलेली 'मराठेशाही'च होती. या राज्याचा विस्तार बागलाणपासून दक्षिणेस नीरा नदीपर्यंत व पश्चिम किनाऱ्यापासून नगरपर्यंत पसरला होता. शहाजीराजे आपल्या ४० हजार फौजेनिशी या राज्याचे संरक्षण करत होते. मोगलांसारख्या बलाढ्य शत्रूशी त्यांनी ३-४ वर्षे संघर्ष केला. ही काही सामान्य गोष्ट झाली नाही. मराठा सेनानी आपले स्वतःचे राज्य, आपली स्वतःची शाही, निर्माण करू शकतो, हा आत्मविश्वास या घटनेतून शिवाजीराजांना मिळाला. या आत्मविश्वासातूनच त्यांनी हिंदवी स्वराज्याची स्थापना केली.

हिंदवी स्वराज्याचे संकल्पक

राजमाता जिजाऊ या शिवरायांच्या प्रेरणास्थानीच होत्या, यात काही शंका नाही. पण स्वतंत्र राज्य स्थापन करण्याच्या कामी प्रेरणा देण्यात शहाजीराजे कमी पडले असे नाही. त्यांचा शिवाजीराजास सहवास कमी घडला असला, तरी तो संस्कारक्षम वयात घडला असल्याने त्याचा ठसा खोलवर त्यांच्या अंत:करणात उमटलेला होता. म्हणूनच तर अनेक इतिहासकारांनी स्वराज्य स्थापनेच्या महान कार्यात शहाजीराजांनाही काही वाटा दिला पाहिजे, असे प्रतिपादन केले आहे. इतिहासाचार्य राजवाडे यांनी स्पष्टच म्हटले आहे की -

"स्वराज्य स्थापनेचे सर्व श्रेय शिवाजीच्या पदरात पडले हे खरे; परंतु मूळ कल्पना व योजना शहाजीची असल्यामुळे शहाजीलाही या श्रेयाचा वाटेकरी करणे इतिहासास प्राप्त आहे."

रियासतकार सरदेसाईंनी या पुढे जाऊन शहाजीराजांना 'राज्य-संकल्पक' असे म्हटले आहे. ते म्हणतात, "तत्कालीन ऐतिहासिक व्यक्तीत राष्ट्रीय स्वत्व दिमाखाने मिरवणारा शहाजीशिवाय दुसरा एकही हिंदू सत्ताधीश दक्षिणेत आढळत नाही. म्हणून शिवाजीला जन्म देऊन त्याचे ठिकाणी स्वातंत्र्याचे वारे उत्पन्न करण्याचे श्रेय त्याला अवश्य मिळते. या दृष्टीने शिवाजीला जर 'राज्य-संस्थापक' म्हणावयाचे, तर शहाजीला 'राज्य-संकल्पक', असे पद देण्यास हरकत नाही."

स्वतंत्र निजामशाहीची संकल्पना म्हणजे स्वराज्याचीच संकल्पना होती. शहाजीराजांनी बाल निजामशहास मांडीवर घेऊन त्याच्या डोईवर छत्र धरले तरी ते छत्र निजामशहाचे नव्हते, शहाजीराजांचेच होते. घटनात्मकदृष्ट्या या राज्यास 'मराठ्यांचे राज्य' म्हणता येणार नसले तरी वास्तवात ते मराठ्यांचेच राज्य होते, यात शंका नाही.

मराठ्यांची स्वतंत्र सत्ता स्थापन करण्याच्या मार्गावर शिवाजीराजांनी एक पाऊल पुढे टाकले. त्यांनी आपल्याच डोईवर छत्र धारण करून आपण स्वत:च 'मराठ्यांचा छत्रपती' झाल्याचे जाहीर केले. स्वतंत्र सार्वभौम राज्याची उद्घोषणा केली. त्या काळी अशी स्वतंत्र सार्वभौम सत्ता फक्त दिल्लीपतीची होती. आता दक्षिणेत दुसरी स्वतंत्र सार्वभौम सत्ता मराठ्यांच्या रूपाने उदयास आली. ही दक्षिणेतील १७ व्या

शतकातील एक महान राजनैतिक क्रांती होती, आणि तिचा पूर्वरंग दक्षिणेतील बलाढ्य मराठा सरदार शहाजीराजे भोसले यांनी तयार केला होता. इतिहासातील एका महान पित्याचे स्वप्न तितक्याच एका महान पुत्राने साकार केले होते!

❖

३

शिवरायास संस्कार व प्रेरणा देणाऱ्या जिजाऊसाहेब

जगाच्या इतिहासात ज्या काही मोजक्या कर्तबगार व भाग्यशाली स्त्रिया होऊन गेल्या, त्यामध्ये राजमाता जिजाऊंची गणना करावी लागेल. शिवछत्रपतीसारखा युगपुरुष त्यांनी घडविला, ही त्यांची खरी कर्तबगारी होय; तर वीरकन्या, वीरपत्नी व वीरमाता अशा तीन भूमिका नियतीने त्यांना अर्पण केल्या होत्या, हे त्यांचे खरे भाग्य होय!

माणूस संस्कारांनी घडतो आणि त्याच्यावरचा पहिला संस्कार हा त्याची माता त्याच्यावर करते, हे सत्य आपण स्वीकारले की, शिवरायांची जडणघडण कोणत्या मूलभूत संस्कारांनी जिजाऊंनी केली असेल याची कल्पना येते.

प्रसंग आहे सुरतेच्या लुटीचा. सूरत म्हणजे मोगल साम्राज्यातील पश्चिम किनाऱ्यावरील सर्वांत श्रीमंत व सुंदर शहर!जणू मोगल साम्राज्यशाहीचे नाकच! असे हे सधन शहर शिवाजीराजांनी ५-६ दिवस जाळून लुटून बेचिराख केले. अनेक धनाढ्य व्यापाऱ्यांचे मोठमोठाले वाडे खणती लावून मराठ्यांनी त्यांची लूट केली. कोट्यवधी रुपयांची संपत्ती पैदा केली. या संदर्भात फारसी, इंग्रजी, फ्रेंच, पोर्तुगीज अशा

अनेक भाषांतील तत्कालीन पत्रव्यवहारात व इतिहासग्रंथात त्याचे उल्लेख आढळतात. सविस्तर वर्णनेही दिलेली आहेत.

पण शिवाजी महाराजांच्या सैन्याने सुरतेत कोणाही स्त्रीवर अत्याचार केल्याचा एकही संदर्भ आढळून येत नाही; याउलट महाराजांच्या स्त्रीदाक्षिण्याचे एक उत्कट उदाहरण सापडते. ते म्हणजे सुरतेत मोहनदास पारेख नावाचा एक श्रीमंत व्यापारी होता. तो मोठा दानशूर होता. त्याचे नुकतेच निधन झाले होते. सुरत लुटीपूर्वी महाराजांच्या हेरांनी त्यांना सुरतेतील व्यापाऱ्यांची बित्तंबातमी पुरवलेली होती. त्यात या व्यापाऱ्याचे निधन झाल्याची नोंद होती. महाराजांनी ती पाहिली आणि त्यांनी आपल्या सैन्यास आदेश दिला की, मोहनदास पारेख हा नुकताच मरण पावला असून,त्याची बायको दुःखात आहे.तिच्या वाड्याला कोणीही खणती लावू नये अथवा त्रास देऊ नये.

सुरतेत मराठ्यांनी हाहाकार उडविला असतानाच एक ख्रिश्चन पाद्री महाराजांकडे धावत आला आणि गरीब ख्रिश्चनांना व त्यांच्या मठाला मराठ्यांनी त्रास देऊ नये,म्हणून त्याने प्रार्थना केली. महाराजांनी त्याला तत्काळ अभय दिले!

महाराजांची ही उदार धर्मनीती फक्त ख्रिश्चनांबद्दलच होती असे नाही. महाराजांना शिव्यांची लाखोली वाहणारा औरंगजेबाचा चरित्रकार खाफीखान आपल्या ग्रंथात म्हणतो -

"शिवाजीने आपल्या सैनिकांकरिता असा सक्त नियम केला होता, की ज्या ज्या ठिकाणी ते लूट करावयास जातील तेथे त्यांनी मशिदीस, 'कुराण' ग्रंथास अगर कोणाही स्त्रीस त्रास देऊ नये व उपसर्ग पोहोचवू नये. जर एखादा 'कुराण' ग्रंथ त्यांच्या हाती आला तर त्याबद्दल पूज्यभाव दाखवून तो आपल्या मुसलमान नोकराच्या स्वाधीन ते करीत असत. केव्हाही हिंदू अथवा मुसलमान

स्त्रिया त्यांच्या हाती सापडल्यास त्यांचे नातलग त्यांची सुटका करण्यास येईपर्यंत शिवाजी स्वत: त्यांची काळजी घेत असे!''

सूरत लुटीत शिवरायांनी मोहनदास पारेख याच्या विधवा पत्नीस, भेदरलेल्या पाद्र्यास अभय का द्यावे? खाफीखानासारख्या शत्रूच्या इतिहासकाराने त्यांच्याविषयी असे गौरवोद्गार का काढावेत? या प्रश्नांची उत्तरे शिवरायांवर झालेल्या संस्कारांत आढळतात आणि असे संस्कार त्यांच्या मातेशिवाय अन्य कोण करू शकणार होते?

जिजाऊ ही काही सामान्य घराण्यातील स्त्री नव्हती. त्यांचे माहेर सिंदखेडचे नामांकित जाधव होते. पिते लखुजीराव जाधव निजामशाहीच्या दरबारातील एक बलदंड पराक्रमी सरदार होते. सासरे मालोजीराजे भोसले हे निजामशाहीतील एक शूर मातब्बर पुरुष होते. पती शहाजीराजे तर निजामशाही, मोगलशाही व आदिलशाही अशा तीन शाह्यांच्या सेवेत राहून आपल्या असामान्य पराक्रमाने दक्षिणेतील बलाढ्य सेनानी म्हणून वावरत होते. एकदा तर त्यांनी बुडालेल्या निजामशाहीस वर काढून तिचे पुनरुज्जीवन केले आणि तिच्या संरक्षणासाठी मोगल व आदिलशाही अशा दोन शाह्यांच्या संयुक्त आघाडीशी टक्कर दिली! शहाजीराजांची ही पुनरुज्जीवित निजामशाही म्हणजे मराठ्यांचेच 'राज्य' होते. पुढे त्यांच्या पुत्राने म्हणजे शिवछत्रपतींनी 'स्वराज्य' स्थापन केले; पण त्याचा पाया शहाजीराजांनीच घातला होता. खुद्द शिवाजी महाराजांचा पराक्रम तर सर्वज्ञातच आहे. अशा वीर पुत्राच्या जिजाऊ या माता होत्या.

पण जिजाऊ या केवळ पतीच्या कर्तबगारीने अथवा पुत्राच्या पराक्रमाने मोठ्या झालेल्या नव्हत्या. त्यांच्या ठिकाणी स्वतंत्रबुद्धी व स्वतंत्र कर्तबगारी होती. शिवरायांच्या बालपणी पुणे जहागिरीची चोख व्यवस्था त्यांनी राखली होती. पुढे स्वराज्य निर्माण होत असता त्यावर अनेक संकटे आली. त्या त्या वेळी जिजाऊंनी आपल्या पुत्रास त्या संकटावर मात करण्याची मसलत सांगितली. आग्राभेटीच्या प्रसंगी स्वराज्याचा कारभार त्यांनी सजगपणे पाहिला. एकही गड शत्रूला घेऊ दिला नाही; किंवा कोणी फंदफितुरी करू शकला नाही. शहाजीराजाला शोभेल अशी त्यांची कर्तबगारी राहिली. त्यांच्या कर्तबगारीचा व

गुणांचा गौरव करताना शहाजीराजांच्या पदरी असणारा जयराम पिंडे नावाचा समकालीन कवी म्हणतो -

जशी चंपकशी खुले फुल्ल जाई । भली शोभली ज्यास जाया जिजाई।।

जिचे कीर्तिचा चंबु जंबुद्विपाला । करी साउली माउलीसी मुलाला ।।

यावर भाष्य करताना इतिहासाचार्य वि.का.राजवाडे यांनी म्हटले आहे-

"जिजाई ही शहाजीसारख्या धीर, उदार व पराक्रमी पुरुषाला चांगलीच साजण्यासारखी बायको होती, आणि ती केवळ नवऱ्याच्या कीर्तीवर प्रसिद्ध झाली नसून, स्वतःच्या धीर, उदार व गंभीर वृत्तीने तिची कीर्ती त्या काळी सर्व भारतखंडभर पसरली होती, इतकेच नव्हे तर तिच्या कीर्तीच्या चंबूखाली म्हणजे घुमटाखाली म्हणजे घुमटाच्या सावलीखाली सर्व जंबुदीप म्हणजे जंबुदीपातील सज्जन लोक यवनांच्या जुलमाला कंटाळून आश्रयार्थ येत असत", असे जयराम लिहितो. जिजाई ही कोणत्या तोलाची बाई होती. ह्याचा अंधुक तर्क जयरामाच्या ह्या समकालीन उक्तीवरून करता येतो. पुणे व सुपे प्रांतांची व्यवस्था पाहणाऱ्या, शिवाजीच्या शिक्षणाकडे लक्ष देणाऱ्या, स्वतः गोरगरिबांचा समाचार घेणाऱ्या व गुणी सज्जनांना आश्रय देणाऱ्या ह्या बाईच्या कर्तबगारीचे तपशीलवार वर्णन न देता केवळ त्रोटक श्लोक करून कवी गप्प बसला हे पाहून या कवीवर संशोधकांचा राग झाल्यास तो अयथार्थ होणार नाही."

जिजाऊंच्या चरित्रावर आणखी काही श्लोक कवीने लिहिले असते तर इतिहासात मोलाची भर पडली असती; पण या एका श्लोकानेही जिजाऊ या काय तोलामोलाच्या राजमाता होत्या, याचे दिग्दर्शन होऊ शकते.

जिजाऊंचे चरित्र पाहिले तर त्यांच्यासारख्या यातना इतिहासात अन्य कोणा स्त्रीने सोसल्या असतील असे वाटत नाही. आपल्या पित्यासह माहेरची रक्ताची माणसे निजामशहाच्या दरबारात कापली गेल्याची वार्ता त्यांच्या कानावर पडली असेल, त्यावेळी त्यांच्यावर केवढा दुःखाचा डोंगर कोसळला असेल! आपला प्राणप्रिय ज्येष्ठ पुत्र संभाजीराजे लढाईत अफझलखानाच्या कपटनीतीने तोफेचा गोळा लागून

मारला गेला. ही वार्ता जेव्हा त्यांच्यापर्यंत आली असेल तेव्हा त्यांच्या हृदयाची स्थिती काय झाली असेल! आदिलशहाचे राज्य कर्नाटकात वाढविण्यासाठी ज्याने आपली तलवार गाजविली, त्याला शहाच्या हुकमानेच विश्वासघाताने कैद केल्याचे समजल्यावर तेव्हा त्यांच्या मनात संताप, दुःख आणि उद्वेग यांचा कोलाहल कसा मातला असेल आणि दिल्लीपती औरंगशहाने त्यांच्या पुत्रास सन्मानाने पाचारण करून बंदीत टाकल्याचे पाहून त्यांना काय यातना सोसाव्या लागल्या असतील!

मात्र या सर्व संकटांनी त्या खचून गेल्या नाहीत. त्यातून एक खूणगाठ त्यांनी मनाशी बांधली. ती म्हणजे ही सर्व यवनी अंमलाची कडू फळे आहेत. भावी पिढ्यांच्या नशिबी ती येऊ नयेत, असे वाटत असेल तर त्याला एकच उपाय आहे आणि तो म्हणजे स्वराज्याची स्थापना! हा नव्या युगाचा मंत्र त्यांनी आपल्या पुत्रास शिवरायास दिला. या दिव्य मंत्रातून प्रेरणा घेऊन त्यांच्या सुपुत्राने त्यांचे ईप्सित पूर्ण केले. दक्षिणेत मराठ्यांचे स्वतंत्र व सार्वभौम असे राज्य स्थापन केले. स्वतः राज्याभिषेक करून, छत्रपती म्हणून घोषित करून त्यांनी हिंदुस्थानच्या इतिहासाचा प्रवाह बदलून टाकला!

आपल्या पुत्राच्या या महन्मंगल वैभवशाली सोहळ्याच्या जिजाऊ साक्षीदार बनल्या. आपला पुत्र सार्वभौम राजा, पातशहा झाला, हे पाहण्याचे भाग्य त्यांना लाभले. त्यानंतर काही दिवसांनीच त्यांनी स्वर्गारोहण केले. महाराष्ट्राच्या गेल्या हजार वर्षांच्या ज्ञात इतिहासात अशी भाग्यवान माता झाली नाही!

❖

४

शिवशाहीच्या इतिहासाची मांडणी आणि पुनर्मांडणी

महाराष्ट्राला दोन-अडीच हजार वर्षांचा इतिहास आहे. प्राचीन कालातील सातवाहनापासून मध्ययुग कालातील आदिलशाही पर्यंतच्या महाराष्ट्राच्या इतिहासात अनेक राजवटी व स्थित्यंतरे घडून आली आहेत. त्या सर्वांची मांडणी व पुनर्मांडणी एखाद्या भाषणात अथवा लेखात करणे केवळ अशक्य आहे. त्यामुळे महाराष्ट्राच्या इतिहासातील सामान्य मराठी माणसाला जिव्हाळ्याचा वाटणारा असा शिवशाहीचा कालखंड समालोचनासाठी निवडला आहे. हा कालखंड निवडण्याचे पहिले महत्त्वाचे कारण असे, की या कालखंडाची मांडणी करताना ती अनेक ठिकाणी ऐतिहासिक सत्याची पायमल्ली करणारी, अतएव अनैतिहासिक बनली आहे. आणखी एक कारण असे या कालखंडातील एक शिवछत्रपती सोडले तर अनेक कर्तबगार व्यक्तींची इतिहासकारांकडून उपेक्षा झाली आहे. स्वाभाविकच या कालखंडातील इतिहासाची पुनर्मांडणी करणे हे आजच्या महाराष्ट्रातील इतिहासकारांसमोरचे एक प्रमुख आव्हान आहे, असे वाटते.

शिवशाहीची व्याप्ती काय आहे?

शिवशाहीचा कालखंड म्हणजे केवळ शिवछत्रपतींची कारकीर्द नाही; तर त्या पुढील संभाजी-राजाराम-ताराबाई या तीन राज्यकर्त्यांच्या राजवटीही त्यात अंतर्भूत होतात. याचे महत्त्वाचे कारण हे तीनही राज्यकर्ते शिवशाहीचे मूलभूत अधिष्ठान विसरले नव्हते. हे तीनही राज्यकर्ते शिवाजी महाराजांनी घालून दिलेल्या दंडकाप्रमाणे चालले. मुख्य दंडक होता मराठ्यांच्या सार्वभौम सत्तेचा; जो शिवराज्याभिषेकाने सिद्ध झाला होता.

'महाराष्ट्राचा इतिहास' अथवा 'मराठ्यांचा इतिहास' असे शब्द उच्चारल्याबरोबर कोणाही मराठी माणसासमोर पहिले चित्र उभे राहते ते शिवछत्रपतींचे व त्यांच्या हिंदवी स्वराज्याचे म्हणजेच शिवशाहीचे. खरे तर महाराष्ट्राला आज जो सांस्कृतिक घाट (ज्याला आपण मराठी संस्कृती म्हणतो) तो प्राप्त झाला आहे. तो शिवछत्रपतींच्या काळापासून. शिवछत्रपतींनी केवळ हिंदवी स्वराज्याचीच नव्हे तर सर्व मराठी मुलखाला एक राजकीयच नव्हे तर एक सांस्कृतिक व सामाजिक घटना (Cultural and Social Constitution) दिली. नवी ओळख (Identity) दिली.

महाराष्ट्रातील मराठे म्हणजे निजामशाही किंवा आदिलशाही सुलतानांच्या पदरी चाकरी करणारे, या सुलतानांच्या लढायांत पराक्रम करणारे व त्यांच्यासाठी रणांगणावर मरणारे, वतनासाठी भाऊबंदांचे गळे कापणारे अशी त्यांची ओळख होती. शिवछत्रपतींनी हिंदवी स्वराज्याची स्थापना करत असता आपल्या मराठी बांधवांना स्वातंत्र्याचा मंत्र दिला. पूर्वी मराठे पराक्रम करत, पण ते परक्या सत्तेसाठी. आता ते स्वराज्यासाठी पराक्रम करू लागले. एवढेच नव्हे तर स्वराज्यासाठी हौतात्म्यही पत्करू लागले. शिवछत्रपतींनी मराठ्यांची पूर्वापार चालत आलेली गुलामीची मानसिकता तोडली आणि स्वातंत्र्यप्रिय मानसिकता निर्माण केली. या स्वातंत्र्यप्रिय मानसिकतेमुळेच शिवछत्रपतींच्या निधनानंतर खुद्द दिल्लीपती औरंगजेब बादशहा मराठी सत्तेचा नाश करण्यासाठी धावून आला असता, मराठ्यांनी त्यास जुमानले नाही. एवढेच नव्हे तर त्याच्याशी २५/२६ वर्षे लढा देऊन त्यास हतबल केले आणि शेवटी निराश होऊन त्यास दक्षिणेतच आपली कबर शोधावी लागली.

औरंगजेबाशी दक्षिणेत लढत असतानाच मराठी फौजा महाराष्ट्राच्या बाहेर गुजरात, माळवा, तेलंगण, कर्नाटक आदी प्रदेशांत धुमाकूळ घालत होत्या. पुढे याच मराठ्यांनी माळवा, गुजरात काबीज करत दिल्लीवर धडक दिली आणि ती ताब्यात घेऊन पंजाबमधून पुढे जाऊन काबूल प्रांताच्या सीमेपर्यंत आपल्या फौजा नेल्या. दिल्लीचा बादशहा मराठ्यांच्या ताब्यात येऊन मराठा साम्राज्य निर्माण झाले.

हे असे हिंदुस्थानात कुठेच घडले नाही. हिंदुस्थानात पराक्रमी लोक नव्हते असे नाही. विशेष करून पंजाबमध्ये शीख होते.राजस्थानात रजपूत होते. ते मोगलांशी तसेच अफगाणांशी शौर्याने लढलेही. पण ते आपापल्या प्रांताच्या मर्यादेत राहिले. शीखांनी पंजाबमधून बाहेर पडून दिल्ली काबीज केली अथवा राजपुतांनी राजस्थानामधून बाहेर पडून इतर प्रांतांवर आपले साम्राज्य स्थापन केले असे घडले नाही. मराठ्यांनी ती कर्तबगारी करून दाखवली. १८ व्या शतकात पेशवाईच्या कालखंडात मराठ्यांची सत्ता आसेतुहिमाचल पसरली होती. जे हिंदुस्थानातील इतर कोणाही प्रांतांतील लोकांना जमले नव्हते, ते माधवराव पेशवे, महादजी शिंदे, मल्हारराव होळकर, रघुजी भोसले, मुरारराव घोरपडे अशा वीर पुरुषांच्या नेतृत्वाखाली मराठ्यांनी केले. हिंदुस्थानचा इतिहास घडविला.

आचार्य अत्रे यांनी एकदा विनोदाने म्हटले होते,हिंदुस्थानच्या इतर प्रांतांना भूगोल आहे; पण महाराष्ट्राला इतिहास आहे. यातील अतिशयोक्तीचा भाग सोडून दिला तरी त्यांचे विधान ऐतिहासिक सत्याच्या कसोटीला उतरते, असे खात्रीने म्हणता येईल.

मराठ्यांच्या इतिहासाचे केवळ हे एकच वैशिष्ट्य नाही. दुसरे एक महत्त्वाचे वैशिष्ट्य म्हणजे शिवछत्रपतींच्या निधनानंतर मराठ्यांनी औरंगजेब बादशहाशी दिलेला पाव शतकाहून अधिक काळाचा प्रदीर्घ लढा. छत्रपती संभाजी, छत्रपती राजाराम व महाराणी ताराबाई या तीन राज्यकर्त्यांच्या नेतृत्वाखाली मराठे २६ वर्षे लढत राहिले. औरंगजेब म्हणजे त्या कालातील बलाढ्य सम्राट २२ सुभ्यांचा धनी. काबूल कंदहारपासून बंगालपर्यंत व काश्मीरपासून कावेरीपर्यंत त्याच्या साम्राज्याचा विस्तार. ७ लक्ष सेना, शेकडो सेनानी व अपरंपार खजिना. अशा सामर्थ्यशाली शत्रूशी मराठ्यांनी जो प्रदीर्घ संघर्ष केला, तो मराठ्यांच्या इतिहासात 'मराठ्यांचे स्वातंत्र्ययुद्ध' म्हणून ओळखला जातो. १९ व्या

शतकातील स्पॅनिश लोकांचे सम्राट नेपोलियनविरुद्धचे युद्ध, अथवा २० व्या शतकातील व्हिएतनामी लोकांचे अमेरिकेविरुद्धचे युद्ध अशी जी जगाच्या इतिहासातील स्वातंत्र्ययुद्धे गणली जातात, त्यापैकी हे एक मराठ्यांचे स्वातंत्र्ययुद्ध आहे. इतकी त्याची महती आहे. हिंदुस्थानच्या इतिहासात इतक्या प्रदीर्घ काळ चाललेले दुसरे स्वातंत्र्ययुद्ध नाही, अशा प्रकारे आमच्या पूर्वजांचे हे स्वातंत्र्ययुद्ध एकमेवाद्वितीय आहे.

या स्वातंत्र्ययुद्धाचे म्हणून आणखी एक वैशिष्ट्य आहे. ते म्हणजे या स्वातंत्र्ययुद्धाच्या शेवटच्या पर्वाचे नेतृत्व एका मराठा राणीने केलेले होते. कोण होती ही राणी? तिचे वय किती होते? तिचे राज्य किती होते? शिवछत्रपतींची ही स्नुषा, महाराणी ताराबाई, वयाच्या २५ व्या वर्षी वैधव्य आले असता, वैयक्तिक दुःख बाजूला ठेवून औरंगजेब बादशहाशी संघर्ष करावयास उभी राहिली आणि एक दोन नव्हे तर सतत सात वर्षे लष्करी लढा देऊन तिने मराठ्यांच्या हिंदवी स्वराज्याचे रक्षण केले. महाबलाढ्य औरंगजेबाला निराश अवस्थेतच दक्षिणेत मरण पत्करावे लागले. अशा शूर राणीचे वर्णन इतिहासात, 'रणरागिणी भद्रकाली' असे केलेले आढळते. तिच्या लष्करी नेतृत्वाची व कर्तृत्वाची स्तुती खाफीखानासारख्या औरंगजेबाच्या चरित्रकारानेही केली आहे. 'बुद्धिमान व शहाणी' राणी म्हणूनही तो तिचा गौरव करतो. शिवाजी महाराज, संभाजी महाराज, संताजी घोरपडे यांना अपशब्दांची लाखोली वाहणाऱ्या खाफीखानाने ताराबाईंचा केलेला गौरव पाहून आपण थक्क होऊन जातो.

काही वर्षांपूर्वी एक अमेरिकन स्कॉलर डॉ. रिचर्ड इटन कोल्हापुरात आले होते. 'दक्षिणेतील कर्तबगार स्त्रीपुरुष' यावर ते संशोधन करत होते. त्यांच्या यादीत मलिक अंबर, इब्राहिम आदिलशहा, शहाजीराजे, जिजाबाई यांच्याबरोबर ताराबाईंचेही नाव होते. ताराबाईंचा एक चरित्रकार म्हणून ते माझ्या भेटीस आले होते. चर्चेत मी त्यांना एक प्रश्न विचारला तो असा होता-"तुम्ही सात समुद्र पार करून भारतात आला आहात. मला एका प्रश्नाचे उत्तर द्या ताराबाईसारख्या एका चिमुकल्या राज्याच्या राणीने औरंगजेबासारख्या जगातील एका महाबलाढ्य सत्ताधीशाशी एवढा प्रदीर्घ काळ लष्करी संघर्ष केल्याचे एखादे उदाहरण जगाच्या इतिहासात तुम्हाला आढळले आहे काय!"

डॉ.रिचर्ड इटन काही काळ विचारमग्न झाले आणि ते म्हणाले, ''नाही, जगाच्या इतिहासात अशा प्रकारचे उदाहरण नाही! असे हे एकमेवाद्वितीय उदाहरण आहे!''

शिवशाहीच्या इतिहासाची मांडणी आणि पुनर्मांडणी

मराठ्यांच्या इतिहासाची, विशेषतः शिवशाहीच्या इतिहासाची सर्वसाधारण रूपरेषा आपण पाहिली. ती एवढ्यासाठी की, या इतिहासाचे स्वरूप लक्षात यावे. आता या शिवकालीन इतिहासाची आजवरची मांडणी कशी झाली आहे, आणि तिची आता पुनर्मांडणी कशी व्हायला पाहिजे, या विषयाकडे वळू.

१. शहाजीराजे भोसलेंची कामगिरी

मांडणी :

शिवछत्रपतींनी हिंदवी स्वराज्याची स्थापना केली,हे स्वराज्य वाढवीत असता त्यांनी मोठमोठे पराक्रम केले,कार्यक्षम राज्ययंत्रणा उभी केली.आरमार बांधले. या सर्वांचे रसभरीत वर्णन इतिहासकारांनी आजवर केले आहे.

तथापि, शिवछत्रपतींच्या स्वराज्याचा पाया ज्यांनी रचला त्या शहाजीराजे भोसल्यांच्या कर्तबगारीकडे दुर्लक्ष झाले आहे. शहाजीराजे म्हणजे दक्षिणेतील निजामशहा अथवा आदिलशहा यांच्या दरबारी सुलतानी सेवा करणारा मराठा सरदार असे एकूण त्यांच्या कारकिर्दीचे चित्र उभे केले आहे.

पुनर्मांडणी :

शिवछत्रपतींचे चरित्र मांडण्यापूर्वी शहाजीराजांच्या कामगिरीची दखल घ्यायला हवी. शहाजीराजे म्हणजे इतर मराठा सरदारांप्रमाणे सामान्य सरदार नव्हते. मोगलांनी निजामशाही गिळकृंत करताच त्यांनी प्रतिनिजामशाही स्थापन करून भीमा ते नीरा दरम्यान एक नवे स्वतंत्र राज्यच स्थापन केले. विशेष म्हणजे या राज्याच्या रक्षणार्थ त्यांनी मोगल बादशहा व आदिलशहा यांच्याशी तीन वर्षे लढा दिला.हे राज्य वरवर जरी निजामाचे असले, तरी खरे शहाजीराजांचेच होते. ते

मराठ्यांचे राज्य होते. शहाजीराजांचा हा प्रयोग फसला तरी त्याचा फायदा शिवाजीराजास झाला. शहाजीराजांचे राज्य म्हणजे हिंदवी स्वराज्याचा पायाच होता. पुढे ज्या रीतीने शहाजीराजांनी बालशिवाजीची पुणे प्रांतावर स्थापना केली, तो पाहता शहाजीराजासच हिंदवी स्वराज्याचा संकल्पक मानावयास हवे. उत्तरायुष्यात शहाजीराजांनी मोठे पराक्रम केले. चाळीस हजार फौज उभी केली. बंगळूरला आपली राजधानी स्थापून राजाप्रमाणे वैभव निर्माण केले. ते स्वतः संस्कृत पंडित होतेच, एवढेच नव्हे तर सर्व हिंदुस्थानातून आलेल्या ७५ पंडितांना त्यांनी राजाश्रय दिला होता. अशा या शहाजीराजांचे चरित्र म्हणजे शिवशाहीचा पूर्वरंग आहे.त्यास शिवचरित्रात उचित स्थान मिळायला हवे.

२. शिवचरित्रातील दादाजी कोंडदेवाचे स्थान

मांडणी :

बाल शिवाजीराजांचे शिक्षक कोण? त्यांना निरनिराळ्या विद्या व शास्त्रे कोणी शिकवली? या प्रश्नांचे उत्तर आज महाराष्ट्रातलं कोणीही 'दादाजी कोंडदेव' असेच देईल. कारण महाराष्ट्रातील मुला-मुलींना त्यांच्या संस्कारमय वयात हेच शिकवले गेले आहे. इ.४थीच्या 'शिवछत्रपती' या पुस्तकात आतापर्यंत अशीच मांडणी गेली ४० वर्षे केली गेली होती.

चौथीचे पुस्तक दरवर्षी सुमारे २५ लाख विद्यार्थी वाचत असतात.

आजवरच्या इतिहासकारांनी दादाजीस शिवाजी महाराजांचे केवळ शिक्षक न मानता स्वराज्यस्थापनेच्या कार्यातील मुख्य सल्लागार व मदतगार ठरविले आहे. इतिहासाचार्य राजवाड्यांनी म्हटले आहे, ''मावळात स्वतंत्र राज्य स्थापावे, अशी शहाजीची दादाजी कोंडदेवाच्या रूपाने मसलत झाली होती.... स्वतंत्र राज्य स्थापण्याचे कार्य शहाजीने स्वतःच्या शिरावर न घेता शिवाजीच्या व दादाजीच्या शिरावर टाकले होते.''

पुनर्मांडणी :

वास्तविक दादाजी हा शहाजीराजांचा पुणे जहागिरीचा मुतालिक म्हणजे कारभारी होता. शहाजीराजांचा तो एक विश्वासू, हुशार व

कर्तबगार नोकर होता. त्याने बालशिवाजीला निरनिराळ्या विद्या व कला शिकवल्या, राज्यकारभाराचे धडे दिले, अशी वर्णने शे-दीडशे वर्षांनी लिहिलेल्या बखरीतून येतात. पण एकाही समकालीन कागदपत्रांत दादाजीचा उल्लेख बालशिवाजीचा शिक्षक अथवा सल्लागार म्हणून येत नाही.

याउलट कवी परमानंदकृत 'शिवभारता'सारख्या समकालीन ग्रंथात शहाजीराजांनी जिजाऊ व शिवराय यांची कर्नाटकातून पुणे जहागिरीकडे रवानगी केली त्यावेळी विख्यात अध्यापकवर्ग त्यांच्या सोबत दिला होता आणि या अध्यापकांनीच पुणे जहागिरीत शिवरायांना निरनिराळ्या कला व शास्त्रे शिकवल्याचा निर्देश आहे.

'शिवभारत' हा ग्रंथ केवळ समकालीनच नव्हे तर प्रत्यक्ष शिवाजी महाराजांच्या आज्ञेने परमानंदाने लिहिलेला आहे, हे खास नमूद करावयास हवे. 'शिवभारता'त दादाजीचा एक साधा उल्लेखही नाही, तेव्हा शिवाजी महाराजांच्या जडणघडणीत, विशेषतः शिक्षणाच्या संदर्भात शहाजीराजे व माता जिजाबाई यांनी केलेल्या भूमिकेस उठाव दिला पाहिजे. शिवाजीराजा हा असामान्य विभूती झाला खरे,पण त्याला घडविणारी माताही असामान्य स्त्री होती, याची दखल पुनर्मांडणीत घ्यायला हवी.

३. शिवछत्रपतींचे गुरू कोण?

मांडणी :

दुसरा एक असाच प्रश्न आहे,की शिवछत्रपतींचे गुरू कोण? शिक्षक दादाजी कोंडदेव आणि गुरू रामदास, अशी 'शिवचरित्रा'ची मांडणी इतिहासाचार्य राजवाड्यांपासून गेली १०० वर्षे अनेक इतिहासकारांकडून केली गेली आहे. राजवाडे या सर्वांचे आद्य गुरू.

'राधामाधवविलासचंपू' या शहाजीराजांच्या चरित्राच्या संस्कृत ग्रंथाच्या प्रस्तावनेत ते काय म्हणतात पाहा - "शहाजीला जे करता आले नाही, असे एक कृत्य करण्याची सल्ला रामदासाने शिवाजीला दिली आणि तसली सल्ला रामदासापर्यंत दुसऱ्या कोणीही शहाजीला किंवा शिवाजीला दिली नाही.... मराठा तेवढा मेळवावा आणि आपुला महाराष्ट्रधर्म राखावा, या उपदेशाची देणगी रामदासाने शिवाजीला व तत्कालीन मराठ्यांना दिली. म्हणजे महाराष्ट्रात रामदासांनी राष्ट्रीयत्व व राष्ट्रभावना म्हणून जी म्हणतात ती उत्पन्न केली. कल्पक रामदास व कर्ता शिवाजी."

सन १९२९ साली न. चिं. केळकर व द.वि.आपटे यांनी संपादित केलेल्या 'शिवाजी निबंधावली' या ग्रंथात पुण्याच्या जनार्दन करंदीकर या गृहस्थांनी 'श्रीरामदासांची राजकारणातील कामगिरी' असा लेख प्रसिद्ध केला आहे. त्यात त्यांनी रामदासांनी शहाजीराजे व बालशिवाजी यांची भेट बंगळूर मुक्कामी सन १६४१ सालीच घेतली होती आणि पुढे सन १६५५ मध्ये तर शिवाजीराजांनी रामदासांच्या झोळीत आपले राज्य टाकल्याची हकिकत दिली आहे. राजवाडे काय अगर करंदीकर काय या सर्वांचा खटाटोप शिवछत्रपतींना स्वराज्य स्थापनेचा मंत्र म्हणजे प्रेरणा रामदासांनी दिली, हे समाजमनावर बिंबवण्याचा होता आणि ते या प्रयत्नात बरेच यशस्वी झाल्याचे आढळून येते.

पुनर्मांडणी :

शिवाजी-रामदास संबंधांत वस्तुस्थिती काय आहे? समकालीन अस्सल पुरावे काय म्हणतात? सन १६५८ साली रामदासांचा एक शिष्य दिवाकर गोसावी हा भास्कर गोसावी या गुरूबंधूस लिहितो, "शिवाजीराजे यांच्याकडे भिक्षेस गेलो. त्यांनी विचारले तुम्ही कोठील, कोण, कोणा ठिकाणी असता? त्यावरून आम्ही बोललो की आम्ही

रामदासी, श्रीसमर्थांचे शिष्य चाफळास राहतो. मग बोलले की ते कोठे राहतात व मूळ गाव कोण?''

दुसरे अस्सल पत्र हेही समर्थ संप्रदायाचेच आहे. त्याचे साल १६७२ असून त्यात समर्थशिष्य केशव गोसावी हा दिवाकर गोसाव्यास लिहितो, ''राजेश्री शिवाजीराजे भोसले हे समर्थाच्या भेटीस येणार म्हणोन लिहिले, ते समजले.....राजे यांची ही पहिलीच भेट आहे.''

सन १६५८ सालापर्यंत शिवाजीराजांना रामदासांचे नावगावही माहीत नव्हते आणि सन १६७२ सालापर्यंत त्यांची भेटही झाली नव्हती. या ऐतिहासिक सत्याच्या पार्श्वभूमीवर 'स्वराज्याचा कल्पक रामदास' हा राजवाड्यांचा Thesis स्वीकारणे म्हणजे सत्याचा बळी देण्याचेच कृत्य आहे, शिवाजी महाराजांनी स्वराज्य स्थापना केल्यावर त्यांच्या कार्याचे व व्यक्तिमत्त्वाचे अतिशय मार्मिक वर्णन रामदासांनी केले आहे. असे वर्णन अद्यापपावेतो कोणी करू शकलेला नाही. पण म्हणून काही त्यांना शिवरायांच्या गुरुस्थानी स्थापन करता येणार नाही. इथे 'शिवचरित्रा'च्या पुनर्मांडणीस मोठाच अवसर आहे.

४. शिवाजी महाराज : हिंदूपदपातशहा की रयतेचा राजा?

मांडणी :

अफझलखान वध, शाहिस्तेखान छापा यासारख्या 'शिवचरित्रा'ची मांडणी करताना शिवाजी महाराजांच्या अद्‌भुत पराक्रमावर अधिक भर दिला गेला. शिवाजी महाराजांचे सर्व प्रयत्न हिंदूपदपातशाही स्थापन करण्याचे होते, असे गृहीतसूत्र स्वीकारून इतिहासाचार्य राजवाडेच नव्हे तर रियासतकार सरदेसाई, बंगाली इतिहासकार जदुनाथ सरकार, शिवचरित्रकार त्र्यं. शं. शेजवलकर यांनी महाराजांचे चित्र हिंदूंचा राजा, हिंदूपदपातशहा असे रंगविलेले दिसते. याच दृष्टिकोनातून महाराजांच्या रायगडावरील राज्याभिषेकाचा अन्वयार्थ लावला जातो.

पुनर्मांडणी :

शिवाजीराजा हा हिंदू होता आणि अशा मर्यादित अर्थाने तो हिंदू राजा होता. पण तो केवळ हिंदूंचा राजा नव्हता अगर त्याने स्थापन केलेले राज्य केवळ हिंदूंचे नव्हते. ते सर्व जातिधर्माच्या लोकांचे होते.

सर्व जातिधर्माच्या लोकांनाही तसे वाटत होते. म्हणूनच ब्राह्मण, मराठा, कुणबी, हेटकरी, कोळी, भंडारी, रामोशी एवढेच नव्हे तर मुसलमानही शिवाजी महाराजांच्या कार्यात सामील झाले.

आतापर्यंत शिवाजी महाराजांच्या पराक्रमाचे पोवाडे गाणारे खूप ग्रंथ झाले. महाराज महान सेनापती होते, कुशल प्रशासक होते, चाणाक्ष राजनीतिज्ञ होते, हे आता सर्वमान्य झाले आहे. आता गरज आहे ती एक राष्ट्रनिर्माता म्हणून, एक धर्मनिरपेक्ष राज्यकर्ता म्हणून, एक रयतेचा राजा म्हणून शिवाजी महाराजांची प्रतिमा पुढे आणली गेली पाहिजे. शिवाजी-अफझलखान संघर्ष म्हणजे हिंदू व मुस्लीम अशा दोन धर्मियांचा संघर्ष नव्हता, हे आता आवर्जून सांगितले पाहिजे. तसा तो असता तर महाराजांच्या सैन्यात त्यांचा अंगरक्षक म्हणून सिद्दी इब्राहिम दिसला नसता अगर खानाच्या सैन्यात महाराजांचा चुलता मंबाजी भोसले हाही दिसला नसता. केवळ मंबाजीच नव्हे तर घोरपडे, पांढरे, खराटे, जाधव, घाटगे, काटे असे अनेक मराठा सरदार खानाच्या फौजेत होते. तसे असेच मराठे सरदार पुढे शाहिस्तेखानाच्या व जयसिंगाच्या मोगली फौजेतही होते.

आज भारतीय लोकशाहीत धर्माचा फार मोठा प्रभाव सत्तेच्या राजकारणावर पडलेला आहे. धर्मकारणातून सत्तेकडे जाण्याचे मार्ग शोधले जात आहेत. त्यासाठी इतिहासाला वेठीस धरले जात आहे. अशा वेळी शिवाजी महाराजांची स्वराज्य निर्मिती मागची धर्मनिरपेक्ष भूमिका आजच्या लोकशाहीतही आपणास मार्गदर्शक व प्रेरणादायी ठरणार आहे.

शिवाजी राजांची आणखी एक भूमिका आज प्रकर्षाने पुढे आणली गेली पाहिजे. ती म्हणजे हा 'रयतेचा राजा' होता. तो 'रयतेचा तारणहार' होता. आपण कोणासाठी स्वराज्य स्थापन करतो आहोत, याची स्पष्ट कल्पना शिवाजी महाराजांसमोर होती. त्यांचे स्वराज्य देशमुख, देशपांडे यांसारख्या वतनदारांसाठी नव्हते अथवा सुभेदार प्रधानांसाठीही नव्हते. ते स्वराज्यात असणाऱ्या ९७ टक्के लोकांसाठी, रयतेसाठी होते. रयतेचे सुख, रयतेचे कल्याण हेच त्यांच्या राज्याचे प्रमुख उद्दिष्ट होते, आणि म्हणूनच चिपळूणच्या लष्करी छावणीतील सैनिकांना उद्देशून काढलेल्या जाहीरनाम्यात ते म्हणतात : तुमच्यासाठी

धान्याची व घोड्यांसाठी गवताची सर्व व्यवस्था केलेली आहे. पण उधळमाधळ करून नासाडी कराल तर ऐन पावसाळ्यात काही मिळणार नाही. घोडी उपाशी मरतील. अन्नधान्य संपले तर तुम्ही कुणब्यांना त्रास द्यावयास लागाल. कुणब्यांच्या घरात शिरून कोणी दाणे, कोणी भाकर, कोणी गवत, कोणी फाटे, कोणी भाजी आणेल. मग जीव धरून राहिलेले कुणबी परागंदा होतील. कित्येक उपाशी मरायला लागतील. म्हणजे त्यांना ऐसे होईल, की मोगल मुलकात आले त्याहून अधिक तुम्ही ऐसा त्यांचा तळतळाट होईल.

येथे शिवाजी महाराजांनी स्वराज्य व परराज्य यांची व्याख्याच दिली आहे. शिवाजीराजाच्या राज्याचीच लूटमार मराठी सैनिकच करू लागले तर ते स्वराज्य कसले? मग स्वराज्य व मोगलाई यांत फरक काय राहिला? मला वाटते शिवाजी महाराजांच्या एखाद्या मोठ्या पराक्रमापेक्षा त्यांचा हा विचार मोठा आहे आणि जेव्हा आजच्या लोकशाहीमध्ये आमचे राज्यकर्ते म्हणतात, की आमचे शासन शेतकऱ्यांच्या उद्धारासाठी कटिबद्ध आहे, तेव्हा तर या विचाराचे प्रकर्षाने स्मरण झाल्याशिवाय राहत नाही. 'शिवचरित्रा'ची पुनर्मांडणी अशी झाली पाहिजे.

५. छत्रपती संभाजी : धर्मवीर की स्वातंत्र्यवीर

मांडणी :

शिवछत्रपतींनंतर छत्रपती संभाजी महाराजांची कारकीर्द येते. संभाजी महाराज आपल्या पित्यासारखे भाग्यवान ठरले नाहीत. त्यांच्यानंतर शे-सव्वाशे वर्षांनी लिहिले गेलेल्या चिटणीस बखरीत त्यांची प्रतिमा 'स्वराज्यबुडवा, मद्यपी, बदफैली' अशी रंगवली गेली आणि तीच खरी मानून इतिहासकारांनी व साहित्यिकांनी या राजास यथेच्छ बदनाम केले. स्वातंत्र्योत्तर कालखंडात इतिहास-संशोधक वा. सी. बेंद्रे प्रभृतींनी नवनवीन साधनांची चिकित्सा करून संभाजीराजाची मलिन प्रतिमा स्वच्छ करून एक पराक्रमी राजा म्हणून ती महाराष्ट्रासमोर सादर केली. गेल्या ५० वर्षांत संभाजीराजांविषयी मराठी लोकांत कमालीचे प्रेम निर्माण झाल्याचे दिसून येते आहे. पण त्याच बरोबर याचा फायदा

उठवून हिंदुत्ववादी लेखक व संघटना संभाजीराजांची प्रतिमा हिंदू धर्माचा संरक्षक एवढेच नव्हे तर धर्मासाठी प्राणाची आहुती देणारा धर्मवीर म्हणून पुढे आणत आहेत.

पुनर्मांडणी :

बादशहासमोर संभाजीराजास सादर केल्यावर त्याने जीवदानाच्या मोबदल्यात धर्मांतराचा प्रस्ताव ठेवला असता, 'तुझी बेटी देत असशील तर कबूल' असे उत्तर दिल्याचे चिटणीस बखर सांगते. पण त्यास समकालीन कागदपत्रांत आधार नाही. बादशहाकडून धर्मांतराचा प्रस्ताव मांडला गेला असता तर औरंगजेबाचा चरित्रकार, साकी मुस्तैदखान (जो या वेळी दरबारात हजर होता) याने खात्रीने तसा उल्लेख केला असता. औरंगजेबाचा दुसरा चरित्रकार ईश्वरदास नागर सांगतो, बादशाही छावणीत संभाजीराजाला आणले गेले त्या वेळी त्याने त्याला दोनच प्रश्न विचारले, पहिला म्हणजे, 'तुझे खजिने कुठे आहेत?' आणि दुसरा म्हणजे, 'बादशाही सरदारांपैकी तुला कोण सामील होते?' येथे धर्मांतराचा तिसरा प्रश्न नाही. तेव्हा संभाजीराजाने हिंदू धर्मासाठी मरण पत्करले, पण शरण गेला नाही, ही प्रतिमा हिंदुत्ववाद्यांनी बखरीच्या आधारे निर्माण केली आहे.

संभाजीराजांचे मोठेपण हिंदवी स्वराज्याचे संरक्षण करण्याच्या कामी त्यांनी सतत ९ वर्षे शत्रूंशी अहर्निश संघर्ष केला यात आहे. त्यांच्या कारकिर्दीच्या सुरुवातीलाच मोगल सम्राट औरंगजेब प्रचंड फौजफाट्यासह स्वराज्यावर चालून आला आणि त्यांनी सर्व बाजूंनी स्वराज्यावर हल्ले चढविले. संभाजीराजांनी ते यशस्वीपणे परतवून लावले. मोगलांशी लढत असता संभाजीराजास किनारपट्टीवरील पोर्तुगीज व सिद्दी यांच्याशीही

लढावे लागले. या दोन्ही शत्रूंना त्यांनी पराभूत केले. हे सर्व चालू असता त्यांच्या विरोधात जाणाऱ्या स्वराज्यातील प्रधानांचाही त्यांना बंदोबस्त करावा लागला आणि शेवटी दुर्दैवाने ते कैद होऊन बादशहासमोर त्यांना उभे केले गेले, तेव्हा त्यांनी त्याच्यासमोर यत्किंचितही मान लवविली नाही. पित्याप्रमाणे त्यांनी बादशहाच्यासमोर स्वाभिमानी मराठी बाण्याचे दर्शन जगाला घडविले. पुढे सतत तीन आठवडे हालहाल केले जात असताही शरणागतीचा एक शब्दही त्यांनी उच्चारला नाही.

संभाजीराजांचे हे खरे मोठेपण आहे. शिवाजी महाराजांना हिंदवी स्वराज्याचे संस्थापक मानले जाते. संभाजी महाराजांना हिंदवी स्वराज्याचे रक्षक मानले गेले पाहिजे. संभाजी चरित्राची ही तेजस्वी बाजू, स्वातंत्र्यवीर संभाजीराजा म्हणूनच त्यांची प्रतिमा मराठी माणसास स्वातंत्र्याची प्रेरणा देत राहील. स्वातंत्र्यवीर संभाजी म्हणून त्यांच्या कारकिर्दीची पुनर्मांडणी व्हायला हवी.

६. मराठ्यांचे स्वातंत्र्ययुद्ध : एक तेजस्वी पण उपेक्षित कालखंड

मांडणी :

संभाजी महाराजांनंतर,राजाराम महाराजांची कारकीर्द येते. आपणास आश्चर्य वाटेल की राजाराम महाराजांचे एकही संशोधनात्मक चरित्र आजपावेतो लिहिले गेलेले नाही. त्यानंतरच्या महाराणी ताराबाईंचे इंग्रजीत चरित्र डॉ. ब्रिज किशोर या उत्तर भारतीय इतिहासकाराने लिहिले. आत्मस्तुतीचा दोष पत्करून या ठिकाणी नमूद करावेसे वाटते,की प्रस्तुत लेखकाने लिहिलेले 'महाराणी ताराबाई' हे मराठीतील पहिले संशोधनात्मक चरित्र होय. त्यानंतर कोणी असा प्रयत्न केलेला नाही.

यावरून लक्षात येईल, की शिवाजी महाराजांच्या नंतरचा संभाजी-राजाराम-ताराबाई या राज्यकर्त्यांच्या काळाचा इतिहास म्हणजे मराठ्यांच्या स्वातंत्र्ययुद्धाचा इतिहास हा दीर्घकाळ उपेक्षित राहिलेला आहे. पुण्याचे संशोधक डॉ. जी. टी. कुलकर्णी यांनी या स्वातंत्र्ययुद्धाच्या कालखंडावर इंग्रजीतच ग्रंथ लिहिला आहे. सेतुमाधवराव पगडी यांनी याच विषयावर 'हिंदवी स्वराज्य व मोगल,' असा छोटेखानी ग्रंथ रचला आहे. असा एखाद दुसरा अपवाद वगळता मराठ्यांच्या इतिहासातील या तेजस्वी

कालखंडाच्या इतिहासाची मांडणीच झाली नाही.

पुनर्मांडणी :

महाराष्ट्राचे पहिले मुख्यमंत्री स्व. यशवंतराव चव्हाण हे इतिहासाचे चांगले जाणकार होते. शिवछत्रपतींच्या नंतर मराठ्यांनी औरंगजेबाशी जो प्रदीर्घ लढा दिला, त्याचे वर्णन करताना त्यांनी एके ठिकाणी म्हटले होते, की हा मराठ्यांच्या इतिहासातील 'सुवर्ण कालखंड' आहे! या कालखंडातील संभाजी, राजाराम व ताराबाई हे तिन्ही राज्यकर्ते औरंगजेब बादशहाच्या तुलनेने बरेच तरुण व अननुभवी होते. औरंगजेबाचे साम्राज्य २२ सुभ्यांचे तर मराठ्यांचे राज्य एका सुभ्याच्या कोपऱ्यात बसणारे. त्यातही संभाजीराजाच्या हत्येनंतर बसलेल्या जबर धक्क्याने मराठ्यांचे राज्य पत्त्याच्या बंगल्याप्रमाणे कोसळले. राजधानी रायगड राणी येसूबाई व शाहूराजे यांच्यासह शत्रूच्या ताब्यात गेली. नवा राजा राजाराम महाराज यांस जिंजीकडे कर्नाटकात परागंदा व्हावे लागले. जिंजीला शत्रूचा वेढा पडला, तो पुढे सात वर्षे चालला.

इकडे महाराष्ट्रात राजा नाही, राज्य नाही, राजधानी नाही, खजिना नाही, फौज नाही, अशा परिस्थितीत मराठे लढत राहिले. रामचंद्रपंत अमात्य, शंकराजी नारायण, संताजी व धनाजी यांच्या नेतृत्वाखाली एक प्रकारचे सामूहिक नेतृत्व उदयास आले. या नेतृत्वाने विस्कटलेल्या फौजा उभ्या करून मोगलांशी संघर्ष चालू ठेवला. शत्रूने जिंकून घेतलेली ठाणी व किल्ले त्यांनी पुन्हा जिंकून घेतले. शत्रूंच्या फौजांचे ठिकठिकाणी पराभव करून त्यांच्या सेनानायकांना कैद केले. त्यांच्यावर दंड बसविले. संताजी-धनाजी यांनी तर औरंगजेब बादशहास दहशत लावल्याचे समकालीन कागदपत्रे सांगतात. 'रात्रंदिन आम्हा युद्धाचा प्रसंग,' या उक्तीप्रमाणे मराठे लढा देताना दिसतात.

या लढ्याचे एक वैशिष्ट्य म्हणजे तो एक लोकलढा होता. त्यात महाराष्ट्रातील सर्व जाती-जमातींचे लोक कसे सामील झाले होते, याचे वर्णन समकालीन कवी विठ्ठलदास याने केलेले आहे. तो म्हणतो -

"पाटील सेटे कुणबी जुलाई (वीणकर.)
चांभार कुंभार परीट न्हावी

सोनार कोलि उदिमी फुलारी
या वेगळे लोक किती बिगारी ।।''

मोगलांच्या बाजूवर हे एक साम्राज्यवादी युद्ध होते. मोगल साम्राज्याची वाढ करण्यासाठीचे युद्ध होते. मराठ्यांच्यासाठी तो जीवन-मरणाचा लढा होता. ते स्वातंत्र्ययुद्ध होते. मोगलांची प्रेरणा साम्राज्यवादी होती; तर मराठ्यांची प्रेरणा खुद्द शिवछत्रपतींच्या हिंदवी स्वराज्याची होती. स्वातंत्र्याची होती आणि म्हणूनच मराठे शेकडो लढाया हरले, तरी अखेर त्यांनी युद्ध जिंकले! औरंगजेबास अपयशी केले.

या लढ्यांचे आणखी एक वैशिष्ट्य म्हणजे या लढ्याच्या शेवटच्या पर्वाचे नेतृत्व एका तरुण विधवा मराठा राणीने केले. तिच्या नेतृत्वाचा व मुत्सद्देगिरीचा गौरव शत्रूच्या इतिहासकारांनी केलेला आहे. तिच्याच कारकिर्दीत मराठ्यांच्या फौजांनी महाराष्ट्राबाहेर पडून गुजरात, माळवा, तेलंगण व कर्नाटक अशा बादशाही सुभ्यांवर मोहिमा सुरू केल्या. आतापर्यंत मराठे दक्षिणेत धुमाकूळ घालत होते. आता त्यांनी नर्मदा पार करून सिरोंजपर्यंत धडक दिली. दिल्लीच्या रोखाने, बंगालच्या रोखाने मराठे चाल करून जाऊ लागले. ताराबाईच्या नेतृत्वाखाली मराठ्यांनी औरंगजेबास हतबल केले.

समकालीन मराठी कवी देवदत्त ताराबाईंच्या या कामगिरीचे वर्णन करताना म्हणतो-

''दिल्ली झाली दीनवाणी
दिल्लीशाचे गेले पाणी
ताराबाई रामराणी
भद्रकाली कोपली।
रामराणी भद्रकाली
रणरंगी क्रुद्ध झाली
प्रलयाची वेळ आली
मुघल हो सांभाळा।।''

शिवछत्रपतींच्या लौकिकाला साजेल असा पराक्रम त्यांच्या या बहाद्दूर सुनेने करून दाखविला, इतका की मोगली साम्राज्यावर जणू प्रलयाची वेळ आली. अशा या कर्तबगार राणीचे नाव शिवछत्रपतींच्या नंतर प्रत्येक मराठी माणसाच्या मुखात असायला हवे. ताराबाईंचे चरित्र मराठी महिलांनाच नव्हे तर भारतातील महिलांना प्रेरणादायी ठरावे, असे आहे. आम्ही ते महाराष्ट्रातील घराघरात न्यायला अपयशी ठरलो आहोत. महाराष्ट्राच्या इतिहासाची पुनर्मांडणी करताना मराठ्यांच्या स्वातंत्र्ययुद्धाची आणि त्यातील महाराणी ताराबाईंच्या कर्तृत्वाची अग्रक्रमाने दखल घ्यायला हवी.

इतिहासाची मांडणी-पुनर्मांडणी : अखंड प्रक्रिया

कागदपत्रे, वृत्तांत, बखरी, ताम्रपट, नाणी इत्यादी ऐतिहासिक साधनांवर इतिहास लेखन होत असते. साधने नाहीत तर इतिहासही अस्तित्वात येऊ शकत नाही. साधनांचा अभ्यास करून त्यांचा अन्वयार्थ इतिहासकार काढत असतो; आणि असे करत असता त्याच्या वैयक्तिक भावभावनांचा प्रभाव तो डावलू शकत नाही. त्यामुळे एक प्रकारे इतिहास - लेखन हे व्यक्तिसापेक्ष होते. ते वस्तुनिष्ठ व्हावे, इतिहासकाराच्या आवडी-निवडीला तेथे स्थान नसावे, हा आदर्शवाद झाला. सर्वच इतिहासकार सर्वच ठिकाणी असे वागत नाहीत.

आणि म्हणूनच एखाद्या इतिहासकाराने एखाद्या विषयाची मांडणी केली, की इतिहासलेखन तिथेच थांबत नाही. दुसरा कोणी लेखक त्याच विषयावर वेगळ्या दृष्टिकोनातून मांडणी करतो. ही असते, पुनर्मांडणी. तेव्हा मांडणी आणि त्यानंतर पुनर्मांडणी ही प्रक्रिया अखंड चालू असते; नव्हे ती चालू राहिली पाहिजे. तरच एखाद्या विषयाचे इतिहासलेखनशास्त्र जिवंत व प्रगत राहत असते.

आता शिवशाहीच्या इतिहासाच्या संदर्भात म्हणता येईल की त्यातील शिवछत्रपतींविषयीच्या अनेक विषयांची मांडणी मोठ्या प्रमाणावर झाली असली, तरी तिथं पुनर्मांडणीस मोठा अवसर आहे; आणि काही विषय असे आहेत, की जिथं अद्यापि मांडणीच झाली नाही, किंवा जी झाली आहे ती अपुरी आहे. माझ्या या भाषणाचा मुख्य हेतू शिवशाहीतील

अशा उपेक्षित विषयांची मांडणी व्हावी आणि ज्यांची अपुरी मांडणी झाली आहे, त्यांची पुनर्मांडणी व्हावी, हा आहे. महाराष्ट्र राज्याच्या सुवर्ण महोत्सवी सिंहावलोकन परिषदेच्या निमित्ताने ती मांडण्याची मी संधी घेत आहे.

(महाराष्ट्र राज्याच्या सुवर्णमहोत्सवी वर्षानिमित्त शांतिनिकेतन लोक विद्यापीठ, सांगली, इथे सिंहावलोकन परिषद भरली होती, त्यावेळी अध्यक्षपदावरून केलेले हे बीजभाषण : दि. ५ जून २०१०.)

❖

५

पंत अमात्यांनी प्रतिपादलेली शिवछत्रपतींची दुर्गनीती

रामचंद्रपंत हे शिवछत्रपतींच्या अष्टप्रधान मंडळात अमात्य पदावर असलेले एक अत्यंत बुद्धिमान व कर्तबगार प्रधान होते. संभाजी महाराजांच्या काळात ते सचिव पदावर होते. पुढे राजाराम महाराज व महाराणी ताराबाई यांच्या कारकिर्दीत ते पुन्हा अमात्य पदावर आले. राजाराम महाराजांनी त्यांना 'हुकूमतपन्हा' ही राज्यातील सर्वश्रेष्ठ अधिकाराची बिरुदावली बहाल केली होती. संभाजी महाराजांच्या दुर्दैवी अंतानंतर मोगली लष्कराचा ससेमिरा चुकवून राजाराम महाराज कर्नाटकात जिंजीकडे निसटून गेल्यावर मागे स्वराज्याचा सर्व कारभार त्यांनी रामचंद्रपंतांवर सोपवला होता. पंतांनी संताजी-धनाजी सारख्या मातब्बर सेनानींना सांभाळून घेत मोठ्या धैर्याने, निष्ठेने व चिकाटीने मोगली आक्रमणापासून राज्याचे संरक्षण केले. ताराबाई कालातही ते त्यांचा प्रमुख ज्येष्ठ सल्लागार म्हणून वावरले. पुढे त्यांनीच सन १७१४ मध्ये ताराबाई व त्यांचा पुत्र शिवाजीराजे यांची सत्ताच्युती घडवून आणून राजाराम महाराजांचे द्वितीय पुत्र संभाजी महाराज यांना कोल्हापूरच्या गादीवर आणले. राजनीतीमध्ये त्यांचा हात धरणारा अन्य कोणी प्रधान

शिवशाहीच्या कालखंडात झाला नाही!

अशा या रामचंद्रपंत अमात्यांचे वर्णन त्यांचा समकालीन कवी केशवपंडित याने 'राज्यकार्यधुरंधर, विश्वासू, शौर्य-औदार्यादी गुणांनी युक्त, महाबुद्धिमान,' असे केलेले आढळते. ते बऱ्याच अंशी यथार्थ मानावे लागेल. सन १७१५ मध्ये पंतांनी संभाजी महाराज (कोल्हापूर) यांच्या आज्ञेने शिवाजी महाराजांच्या राजनीतीवर एक छोटेखानी ग्रंथ लिहिला. हा ग्रंथ 'आज्ञापत्र' या नावाने इतिहासात प्रसिद्ध आहे. मराठी साहित्यातील मराठ्यांच्या राजनीतीवर रचलेला हा पहिला ग्रंथ आहे, आणि त्यानंतरही त्याच्या तोडीचा अन्य कोणता ग्रंथ झाला नाही. यामध्ये स्वराज्य-साधना, राजा, प्रधान, साहुकार, वतनदार, दुर्ग, आरमार इत्यादी अनेक विषयांचा शिवछत्रपतींच्या राजनीतीच्या अंगाने ऊहापोह केलेला आहे. प्रस्तुत लेखात पंतांनी सांगितलेल्या शिवछत्रपतींच्या फक्त दुर्गनीतीचाच विचार करावयाचा आहे.

दुर्गाधिपती शिवछत्रपती

रामचंद्रपंतांनी निरूपण केलेल्या दुर्गनीतीकडे वळण्यापूर्वी दुर्गांचे म्हणजे गडकोटांचे 'शिवचरित्रा'त काय स्थान आहे, हे पाहणे आवश्यक आहे.

शिवछत्रपती हे दुर्गांचे, किल्ल्यांचे राजे होते. ते दुर्गात जन्मले, ते दुर्गातच लहानाचे मोठे झाले, त्यांनी दुर्गांच्याच आश्रयाने हिंदवी स्वराज्याची स्थापना केली, दुर्गांच्याच साहाय्याने शत्रू पराभव पाववून स्वराज्यरक्षण व स्वराज्यवृद्धी केली आणि शेवटी दुर्गराज रायगडावरच त्यांनी या नश्वर जगाचा निरोप घेतला!

अशा या शिवछत्रपतींच्या लष्करी सामर्थ्याचे एका शब्दात वर्णन करायचे झाले तर ते 'दुर्गाधिपती' होते. एवढे सांगितले तरी ते उचित ठरावे. सह्याद्रीच्या बिकट दऱ्याखोऱ्यांत उभे असलेल्या शेकडो दुर्गांचे ते अधिपती होते, म्हणजे त्यांच्या ठिकाणी किती सैनिकी सामर्थ्य होते, याची कल्पना प्राचीन राजनीतिज्ञ शुक्राचार्य यांच्या एका उद्‌गारावरून ध्यानात येते. शुक्राचार्यांनी सांगितले आहे -

"किल्ल्याच्या आश्रयाने एक सशस्त्र माणूस शंभर योद्ध्यांशी लढू शकतो व शंभर योद्धे दहा हजार माणसांशी लढू शकतात."

सभासद बखर शिवछत्रपतींच्या किल्ल्यांची संख्या २४० अशी देते. चिटणीस बखर ती ३१७ अशी देते तर चित्रगुप्त बखर ३६१ अशी देते. आता किल्ल्यातील एक सशस्त्र माणूस बाहेरच्या १०० सशस्त्र माणसांशी लढू शकत असेल आणि जर शिवछत्रपतींकडे सभासद सांगतो त्याप्रमाणे किमान २४० गडकोट असतील आणि जर प्रत्येक गडावर किमान १०० माणसे शिबंदी म्हणून असतील तर मराठ्यांच्या या राजाचे शत्रूविरुद्ध लढण्याचे सैनिक सामर्थ्य किती होते, याचे गणित आपण करू शकतो!

सन १६७१ मध्ये शिवछत्रपतींनी आपल्या राज्यातील किल्ल्यांच्या बांधकामासाठी १,७५,००० होन व किल्ल्यांतील अन्नधान्य, दारूगोळा इत्यादी सुविधांसाठी १,२५,००० होन खजिन्यातून बाजूला काढून ठेवल्याची एक नोंद बावडा दफ्तरात मिळते. सुरतेच्या लुटीतून पैदा झालेली लक्षावधी होनांची संपत्ती त्यांनी सिंधुदुर्गच्या बांधकामावर खर्ची घातल्याचे इतिहास प्रसिद्धच आहे.

शिवदिग्विजय बखरीत एक फार मार्मिक संवाद शिवछत्रपती आणि त्यांचे प्रधान यांच्या तोंडी घातला आहे. एके दिवशी महाराजांच्या समोर किल्ल्यांचे हिशेब आले असताना शेजारीच उभे असलेल्या मोरोपंत पेशवे व निराजीपंत मुजुमदार यांनी विनंती केली, 'किल्ल्यांच्या इमारतीस पैका फार लागतो व लोकांचा खर्चही वाढतो. याकरिता विचारे जे करवणे असेल ती आज्ञा असावी.'

त्यावर महाराज उद्गारले, 'दौलत आहे जे करवणे ते समजोनच करवीत आहोत. आपणास धर्मस्थापना (संरक्षण) व राज्य संपादणे, सर्वांस अन्न लावून (राज्यात) शत्रू प्रवेश न होय ते किल्ल्यांमुळे होते. दिल्लींद्रासारखा शत्रू उरावर आहे, तो आला तरी नवे-जुने तीनशे साठ किल्ले

हजरीस आहेत. एक एक किल्ला वर्षभर लढला तरी त्यास तीनशे साठ वर्षे लागतील...!'

शिवछत्रपतींचे भाकीत खरे ठरले. त्यांच्या निधनानंतर औरंगजेब बादशहा जेव्हा स्वराज्यावर चालून आला तेव्हा स्वराज्यातील अनेक किल्ले त्यांच्याशी वर्ष-वर्षभर झुंजलेले आहेत; आणि या किल्ल्यांमुळेच औरंगजेबाला मराठ्यांचे राज्य नष्ट करता आले नाही!

संपूर्ण राज्याचे सार ते दुर्गे

आणि म्हणूनच रामचंद्रपंत अमात्यांनी आपल्या 'दुर्ग' प्रकरणाची सुरुवातच 'संपूर्ण राज्याचे सार ते दुर्गे' या विधानाने केली आहे. ते म्हणत की, देशात किल्ले नसले तर देश मोकळा राहतो; प्रजा निराश्रित होऊन परचक्र येताच भग्न होते; तेव्हा अशा प्रकारे प्रजाच परागंदा झाली तर, देशच उद्ध्वस्त झाला तर मग राज्य कोणास म्हणावे? पूर्वी जे जे राजे होऊन गेले त्यांनी त्यांनी प्रथम देशात दुर्ग बांधले व देश शाश्वत करून घेतला आणि याच दुर्गांच्या आश्रयाने परचक्रांचा परिहार केला.

शिवछत्रपतींनी आपले राज्य कसे स्थापन केले व त्या राज्यावर औरंगजेबाच्या स्वारीसारखे संकट आले असता त्यातून ते कसे निभावून गेले, हे सांगताना पंत लिहितात-

"हे राज्य तरी तीर्थस्वरूप थोरले कैलासवासी स्वामींनी गडांवरूनच निर्माण केले. जो जो देश स्वशासनवस्य न होय, त्या त्या देसी स्थलविशेष पाहून गड बांधिले. तैसीच जलदुर्गे बांधिली. त्यावरून आक्रम करीत करीत सालेरी-अहिवंतापासोन कावेरीतीरपर्यंत निष्कंटक राज्य संपादिले. औरंगजबासारिखा महाशत्रू चालोन येऊन विज्यापूर-भागानगरासारखी महासंस्थाने आक्रमिळी, संपूर्ण तीस-बत्तीस वर्षेपर्यंत या राज्यासीं अतिशय केला, त्याचे यत्नास आसाध्य काये होते? परंतु राज्यांत किल्ले होते म्हणोन अवसिष्ट तरी राज्य राहिले. पुढे पूर्ववत् करावयास अवकाश जाहला."

एवढे सांगून झाल्यावर पंत ही दुर्गनीती अधिक विशद करतात: ज्याला आपल्या राज्याचे संरक्षण करायचे असेल अगर वृद्धी करायची असेल त्याने गडकोटांची केव्हाही उपेक्षा करता कामा नये. आपल्या

राज्यात जे गडकोट असतील त्यांची अत्यंत सावधपणे मजबुती करावी. नवीन प्रदेश जिंकायचा तर त्यातील ठाणी प्रथम काबीज करावीत. आपल्या शेजारच्या प्रदेशात गडकोट नसतील तर आपल्या सरहद्दीपासून पुढे जाऊन जबरदस्तीने नूतन ठाणी वसवावीत, गडकोट बांधावेत आणि असे बांधीत बांधीत तो प्रदेश आक्रमावा. आक्रमित केलेल्या प्रदेशातील गडकोटांच्या आश्रयाने सेना ठेवून त्याच्यापुढील प्रदेश आपल्या शासनाखाली आणावा. असे करीत करीत आपली राज्यवृद्धी करावी. परमुलखात गडकोटांचा आपणास आश्रय नसल्यास आपल्या फौजा टिकाव धरू शकत नाहीत आणि फौजेशिवाय अशा परमुलखी प्रवेश होणेच शक्य नाही! तेव्हा राज्यवृद्धीच्या मुळाशी गडकोटच असतात. गडकोटांशिवाय परचक्रासमोर आपल्या फौजा आकाशातील ढग जसे वाऱ्यापुढे उधळले जातात, त्या अभ्रपटल न्यायाने पराभूत होतात.

इतके सांगून पंत गडकोटांचा महिमा किती आहे, याचे मोठ्या अलंकारिक भाषेत वर्णन करतात.

"याकरिता ज्यास राज्य पाहिजे त्याणी, गडकोट हेच राज्य, गडकोट म्हणजे राज्याचे मूल, गडकोट म्हणजे खजिना, गडकोट म्हणजे सैन्याचे बल, गडकोट म्हणजे राज्यलक्ष्मी, गडकोट म्हणजे आपली वसतिस्थळे, गडकोट म्हणजे सुखनिद्रागार, किंबहुना गडकोट म्हणजे आपले प्राणसंरक्षक, यैसे पूर्ण चित्तात आणून, कोण्हाचे भरवसियावर न जाता, आहे त्याचे संरक्षण करणे व नूतन बांधणे याचा हव्यास स्वत:च करावा; कोण्हाचा विश्वास मानो नये."

गडकोटांचे संरक्षण म्हणजे परम नाजूक कार्य

पंत सांगतात की गडकोटांचे संरक्षण करणे ही सामान्य गोष्ट नाही. परम नाजूक कार्य आहे! गडावरच्या अधिकाऱ्याने एखादा भेद केला अथवा शत्रू चालून आला असता नामर्दी केली, अथवा गाफीलपणा केला तर त्या स्थळास दगा बसून ते स्थळ हातातून जाते; म्हणजे तेवढे आपले राज्यच आपण गमावून बसतो. एवढेच नव्हे तर त्यामुळे इतर स्थळांसही उपसर्ग पोहोचतो. प्रबळ शत्रू आला असता त्याने अशा प्रकारे किल्ला हस्तगत केला तर त्या किल्ल्याच्या अधिकाऱ्याच्या

बरोबर इतर किल्ल्यांचे अधिकारीही जातात आणि अशा प्रकारे राज्यास मोठे नुकसान पोहोचते. तेव्हा अशा वेळी कर्तव्यात कसूर करणाऱ्या अधिकाऱ्याला शासन करण्यात 'तिलतुल्य' अंतर पडो न देणे!

गडकोटावरील हवालदार, सरनोबत आदी अधिकार निःस्पृह असले पाहिजेत. कोणाच्या सांगण्यावरून अथवा भीडेने त्यांना नेमू नये. ते 'कुलिवंत मऱ्हाटे', अब्रूदार, विश्वासू, उद्योगी, अलालूची, कर्तव्यतत्पर असले पाहिजेत. त्यांना गडावरच्या सर्व लोकांचे समाधान राखून त्यांच्याकडून स्वामीसेवा घेता आली पाहिजे. धण्याने आपल्या ताब्यात दिलेले हे स्थळ म्हणजे आपली परमप्रिय ठेव आहे; प्राण गेला तरी त्यास दगा होता कामा नये, यासाठी धण्याने घालून दिलेल्या मर्यादांना अंतर न देता दिवस-रात्र उद्योग करून सर्व प्रयत्नाने त्याचे संरक्षण केले पाहिजे, अशा स्वामिनिष्ठ भावनेने त्यांनी सेवा केली पाहिजे.

हवालदाराच्या बरोबरीचे दुसरे दोन अधिकारी म्हणजे सबनीस व कारखानीस. त्यांनीही याच मर्यादेत राहावे. यांच्याशिवाय किल्ल्यावर तटसरनोबत, बारगीर, नाईकवाडी आदी लोक नेमायचे तेही असेच विश्वासू, मर्दाने असले पाहिजेत. हुजरांच्या सनदेखेरीज कोणाची नेमणूक होऊ नये. किल्ल्यावर चोरटे, खुनी, तऱ्हेवाईक, भ्याड, कैफी, फितवेखोर अशा लोकांना अजिबात थारा देऊ नये. ज्यांना किल्ल्यावर ठेवायचे त्यांची परीक्षा करूनच ठेवावे.

गडकोटांवरील प्रशासनाची पंत अमात्य केवळ नियमावली देऊन येथेच थांबत नाहीत ते पुढे लिहितात -

"त्यातूनही तीन वर्षे जालियावरी हवालदार काढावा, चहू वर्षांनी सरनोबत काढावा; पाच वर्षांनी सबनीस, कारखानीस काढावे आणि त्या मामल्यावरी त्या त्या मामल्यायोग्य आणखी मामलेदार अधिकारी पाठवावे. जे काढावे त्याचेही त्यांचे स्वरूपानुरूप समाधान करून, काही येक दिवस समागमे वागवून,स्वामिसेवकभावाची त्यांची बुद्धि काही मलीन झाली आसली तरी सहवासामुळे पुन्हा सोज्वल करून, श्रमी होऊ न देता त्यांचे अटोपानुरूप आणखी मामले सांगावे."

"तैसेच तटसरनोबत, बारगीर हेही जुने-नवे करीतच आसावे. नाईकवाडी, रजपूत अन्यायी आथवा कार्यकर्ता आसलियाही त्यास काढून ज्यास जे शासन आथवा सर्फराजी करणे ते करीतच जावी.

किल्ल्याचा हवाला व सरनोबती करीत असता मृत्यू पावला तरी तो मामला त्याचे पुत्रास अथवा भावाबंदास न सांगावा. त्याचे पुत्र अथवा भाऊबंद असतील त्यांचे समाधान करून, त्यांचे स्वरूपानुरूप आणखी उद्योग सांगोन चालवावे. लष्कराचे सरदाराचे भावाबंदास अथवा त्याचे निसबतीचे लोक त्यांस परिछिन्न किल्ल्याचा मामला सांगो नये. तैसेच येका घरचे भाऊबंद येक, दोन, तीन आणि इतकेही गडकरी तरी त्यांच किल्ल्याचे मामले आवश्यमेव सांगावेच लागतात. काय निमित्त की, किल्ल्याचे कामाचे माणूस मिळणे परम कठीन आहे. परंतु त्यांस समिप समिपचे किल्ल्यांवर न ठेवावे. दूर दूर किल्ले, एकाचा हात एकास न पावे, मध्ये आणखी किले असतील, यैशा किल्ल्याचे मामले सांगोन सेवा घ्यावी.''

''किल्ल्याखालील मुलकातील देशमुख, देशपांडे, पाटील, कुलकर्णी, चौगुले आदिकरून भिरासी वतनदार यांस त्यासमीपच्या किल्ल्यावरील सेवा न सांगावी. त्यांचे वतनापासोन दहापाच गावे दूर किले आसतील अशा किल्ल्यांवरी ठेवावे. तैसेच वतन आणि समीपतेची सेवा जाहल्यावरी चाकरीवरी दुरुस्त न राहता क्षणाक्षणा घरास जाणार, किंबहुना समयविशेष वतनाचे आशेने स्थलास भेद करून दगाही करणार, याकरिता किल्ल्याजवळील लोक किल्ल्यावर न ठेवावे.''

किल्ल्यातील अंतर्गत व्यवस्थेसंबंधी व सुरक्षिततेसंबंधी, या दुर्गनीतीमध्ये किती बारीकसारीक गोष्टींचा विचार केला आहे, हे पाहिल्यावर शिवछत्रपतींच्या निरीक्षणशक्तीचे व मनुष्यस्वभावाच्या पारखेचे कौतुक वाटते.

किल्ल्याची सेवा परम कठीण, शासन परम उग्र

गडकोटावरील अधिकाऱ्याने चोरीमारी, लाच, कलागत, सुस्ती, गैरहुशारी अशी काही गुन्ह्यांची कृत्ये केली तर त्याच्या मुदतीच्या समाप्तीची वाट न पाहता त्यास काढून हुजूर आणावे आणि त्या जागी मर्दांना माणूस पाठवावा आणि गुन्हेगाराचा अपराध पाहून त्यानुरूप शिक्षा करावी. गडकोटास दगा देण्याची कोणी दुर्बुद्धी धरल्याचे वर्तमान समजताच त्यास सावध न करता, त्याचे प्रमाणाप्रमाण न पाहता, कोणास कळू न देता तत्क्षणीच त्यास हुजूर आणावे आणि रास्ती न्याय

करावा. गुन्हा खरा ठरला तर तात्काल बेमुलाहिजा त्याचा शिरच्छेद करावा. त्यांचे मस्तक गडोगडी फिरल्याने आणि 'यैसे जो करील त्यास हा नतीजा' असा 'दांडोरा' पिटवावा.

परंतु गुन्हा शाबीत झाला नाही तो अधिकारी निरापराध ठरला तर त्याच्या चित्तातून 'आपणास काढून आणले' हा डाग निघून जाईल, अशा रीतीने त्याचे समाधान करावे. परंतु जेथून त्यास आणले त्या जागेवर परत पाठवू नये. सहाचार महिने रोजमुऱ्यावर ठेवून त्याच्या योग्यतेप्रमाणे त्याची दुसरीकडे नेमणूक करावी.

किल्ल्यास शत्रूचा वेढा बसला तर किल्ल्यातील अधिकाऱ्यांनी प्राणपणाने किल्ला लढवला पाहिजे, असे सांगताना पंत लिहितात -

"स्थलास गनिमाचा वेढा आला तरी सामान व उपराला आहे तो गड हरहुनराने झुंजून स्थल जतन करावे. सामान सरले, उपराला राहिला, निदान (आणीबाणीचा प्रसंग) येऊन पडले, तर धण्यानी हरउपाये मामलेदारादि लोक काढून आणून वाचवावे. धण्याचा हात पावेना यैसें जाले, तरी परिछिन्न मामलेदरादि लोकी वाका होऊन मरावे. त्यांचे मुलांलेकरांचे धण्यानी सर्व प्रकारे चालवावे. परंतु लिहिलेप्रमाणे निदान येऊन पडले तरी सला करून स्थल देऊन आपला जीव वाचवावा, यैसे सर्वथा न करावे. जो मामलेदार यैसे तोंड घेऊन येईल, त्याचे मुखावलोकन न करिता, फिरोन सेवा न सांगतां, त्यास घरीच बसवावे."

किल्ल्यावरील आपल्याच अधिकाऱ्याने जीव वाचविण्यासाठी शत्रूच्या हवाली किल्ला केला आणि तो शत्रूस जाऊन मिळाला तर त्यासाठी फार कठोर शासन या दुर्गनीतीत सांगितले आहे. अमात्य म्हणतात,

"कोण्ही मामलेदार स्थलास संकट झाले म्हणोन स्थल गनिमास देऊन आपला जीव वाचवून तो गनिमाकडे गेला, तरी तो यत्नेकरून हस्तगत होये ते गोष्ट करावी. कदाचित हातात न लागे तरी उपाये मारवावा. उपायेकडून गनिमाकडे गेला तो न ये, यैसे जाहले तरी त्याचे लेक गुलाम करावे, बायका बटकी कराव्या, त्यासही विष अथवा मारेकरी घालोन हरप्रयत्ने तेथील तेथे मारवावा. जर सामान सरले, उपराला राहिला, धन्याचा हात न पावे, यैसे जाहलियावरी निदानी मामलेदारानी गड गनिमास देऊन गनिमाकडे गेला, तरी त्याचे कबिल्यास तैसाच निर्बंध करावा. पहिले लिहिलेप्रमाणे सकल निर्वाह करावा. जर

कौल घेऊन आला तरी त्याची मुले लेकरे सोडावी, त्यास घरी बसवावा. स्थलाचा उपाय करील तरी करू न द्यावा. पर्यायेंकडून कितीका दिवसाउपरी हरयक मामला सांगावा. किल्ल्याची सेवा परम कठीण, शासन परम उग्र, शासन न करिता किल्ल्याचे काम सर्वसाधारण होऊन जाणार, यैसे सर्वथा न करावे. शरीरसंमंधी, आप्तविषयी आथवा त्याचे निसबतीचे लोक, आंतर पडलिया ज्यास शासन करिता आपणास संकोच, यैसे लोकास किल्यास मामले सर्वथा न सांगवे. शासनात आंतर जाल्या दुसरियास आर्ज करावयास जागा होतो, भिडेने भीड वाढते, केली मर्यादा तुटोन जाते. मर्यादाभंग तेच राज्यनाशाचे कारण. याकरिता मर्यादाभंग सर्वथा होऊ न द्यावा.''

गडकोट कसे बांधावेत?

यानंतर गडकोट कसे असावेत, कसे बांधावेत, त्या वेळी कोणती दक्षता घ्यावी, गडकोटाची नाजूक जागा अवघड कशी करावी, दरवाजे किती व कसे असावेत, याचे मार्गदर्शन केलेले आहे.

''राज्य संरक्षणाचे मुख्य कारण ते किले. ते देशोदेशी स्थले पाहून बांधावे. किल्यासमीप दुसरा पर्वत किल्यास मुदई आसो नये. कदाचित आसला तरी सुरंग लाऊन गडाचे आहारी आणावा. सुरंगास असाध्य आसला तरी तोही जागा मोकळा न सोडिता बांधोन मजबूत करावा. गडाची इमारत गर्जेची (तात्पुरती) करू नये. तट, बुरूज, चिलखते, पाहरे, पडकोट, जेथे जेथे आसावे ते बरे मजबूत बांधावे. नाजूक जागे जे आसतील ते सुरंगादि प्रयत्ने अवघड करून पक्की इमारत बांधून आयब (दोष) काढावा. दरवाजे बांधावे ते खालील मारा चुकवून पुढे बुरूज देऊन, येता जाता मार्ग बुरुजाचे आहारी पाडोन, दरवाजे बांधावे. किल्यास एक दरवाजा हा आयब थोरलाच आहे. याकरिता गड पाहून येक, दोन, तीन दरवाजे, तैशाच चोर दिंड्या करून ठेवाव्या. त्यामध्ये हमेशा राबत्यास पाहिजे तितक्या ठेवून, वरकड दरवाजे व दिंड्या चिणून टाकाव्या.''

अमात्य पुढे सांगतात, काही किल्ल्यांच्या दरवाजासमोर अगर तटासमोरच मैदानाची भूमी असते. अशा किल्ल्यावर गनिम चालून आला,

की तो लगेच दरवाजाशी अथवा तटाशी भिडतो. ही गोष्ट बरी नव्हे. या प्रकारचा जो किल्ला असेल त्याच्या समोरच्या मैदानात खोल व रुंद खंदक खणावा, तटाच्या पायथ्याशी दुसरा पडकोट बांधावा. त्यावर तोफा ठेवाव्यात; जेणे करून गनिम लगेच खंदकाजवळ येऊ शकणार नाही.

किल्ल्यावर येण्या-जाण्याचे मार्ग सुगम नसावेत. सुगम असतील तर ते दुर्गम करावेत. त्यावर झाडी वाढवावी. गनिमाच्या फौजेस येण्यास कठीण असे करावेत. संकट प्रसंगी किल्ल्यास चोरवाटा ठेवाव्यात. त्याचा नेहमी वापर करू नये. संकट समयी त्याचा दिंडी दरवाजा म्हणून उपयोग करावा. किल्ल्याच्या अवतीभोवती दाट झाडी असावी. त्यातील एक काठीही कोणास तोडू न द्यावी. संकट प्रसंगी या झाडीमध्ये बंदुकधारी सैनिक लपवून ठेवता येतात. किल्ल्यासभोवती मेटे असावीत व त्यांच्याद्वारे किल्ल्याच्या घेऱ्याची गस्त चालवावी. किल्ल्याच्या खाली कोणाचेही इमारतीचे घर अथवा दगडाचे कुसू असलेले घर सर्वथैव असू नये!

गडाचे पाणी बहुत जपून राखावे

ज्या पर्वताच्या माथ्यावर मुबलक पाणीपुरवठा होण्याची शक्यता असेल तेथेच किल्ला बांधला जात असे. पण पाणी नाही आणि किल्ला तर बांधणे आवश्यक झाले तर काय करावे, याविषयी अमात्य सांगतात -

"तैसेच गडावरी आधी उदक पाहून किल्ला बांधावा. पाणी नाही आणि ते स्थल तो आवश्यक बांधणे प्राप्त झाले, तरी आधी खडक फोडून तली-टाकी पर्जन्यकालपर्यंत संपूर्ण गडास पाणी पुरे यैसी मजबूत बांधावी. गडावरी झराही आहे, जैसे तैसे पाणीही पुरते, म्हणोन तितक्यावर निश्चिती न मानावी, उद्योग करावा. किंनिमित्य की, झुंजामध्ये भांडियाचे (तोफांच्या) आवाजाखाले झरे स्वल्प होतात आणि पाणियाचा खर्च विशेष लागतो, तेव्हा संकट पडते. याकरिता तैसे जागा जखिरियाचे (साठवलेले) पाणी म्हणोन दोन-चार तली-टाकी बांधून ठेवून त्यातील पाणी खर्च होऊ न द्यावे. गडाचे पाणी बहुत जतन राखावे."

राजमंदिर, तेलातुपाची टाकी, दारूखाना

किल्ल्यात छत्रपती महाराज जेव्हा येतील त्यावेळी त्यांच्या निवासासाठी राजमंदिर असावे. या राजमंदिराची स्वच्छता, निगा कशी राखावी याविषयी अमात्याने अत्यंत बारकाईने सूचना केलेल्या आहेत.

"गडावरी राजमंदिराविरहित थोर इमारतींचे घर बांधू नये. राजमंदिरास भिंती इटाच्या बांधून त्यास चुना दाट गच द्यावा. घरात कोठे उंदिर, विंचू, किडा, मुंगी राहे यैसी दरज न ठेवावी. घरास कुसू पाहिजे ते निगुंडी आदिकरून झाडाचे पातल घालावे. गडकरी यांनी राजमंदिर म्हणोन खाली न ठेवावे, सार्वकाल वस्ती करून धूम्रेकरून घर साबूत राहे, जीवजंतू राहो न पावे ते करावे. धणी गडावरी येतात यैसे कलताच, आगोधर दोन-चार दिवस मामलेदाराने येऊन, खासा उभा राहून, संपूर्ण घर सारवून, रांगोली आदिकरून घालवून, धणी गडावरी येई तो त्याच जागा सदर करून बसत जावे. गडावरी मार्गामार्गावरी व बाजारात तटोतट केरकसपट किमपि पडो न द्यावे. ताकीद करून केर गडाखाले न टाकिता जागा जागा जालोन, ते राखही परसापरसांत टाकवून, घरोघर होतील भाजीपाले ते करवावे. गडावरी धान्यग्रहे, इस्तादेची युद्धसामग्रीची इतर वस्तूंची घरे, हे सकळही आहेत. त्यास अग्नि, उंदीर, किडा, मुंगी, वालवी यांचा उपद्रव न बाधे यैसे भूमीस दगडाची छावणी करून गच्ची बांधावी."

किल्ल्यावरील केरकचरा गोळा करून तो तटाखाली न टाकता तो जाळून त्याची राख घराघराच्या परसापरसात टाकावी व त्यावर भाजीपाला करावा, इतक्या सूक्ष्म नजरेने या सूचना दिल्या गेल्या आहेत, याचे नवल वाटते! किल्ल्यावर तेलातुपाचा साठा करावा. त्यासाठी दरज नसलेल्या काळ्या पाषाणातील टाकी खोदावीत, किरकोळ दरज असेल तर कमावलेल्या चुन्याने ती भरून काढावी, असे अमात्य सुचवितात. मनुष्य वसतीपासून दूर अंतरावर दारूखाना करावा; त्याला ठणक जमीन असणारे तळघर असावे; त्या तळघरात माल घालून त्यावर दारू मोठ्या मडक्यांत साठवून ठेवावी; बाण,होके आदी साहित्य दारूघराच्या मध्यभागी ठेवावे,त्यांना ओल न लागावी; आठ-पंधरा दिवसांनी ते बाहेर काढून त्यांना उष्णता द्यावी. दारूखान्याचे रक्षण डोळ्यांत तेल

घालून करावे;परवानगीशिवाय आसपास कोणास येऊ देऊ नये.

गडकोटाची इतर सज्जता

तोफा व बंदुका ह्या तर किल्ल्याच्या रक्षक. तेव्हा त्यावर बंदुकी चालवणारे सैनिक ठेवावेत. किल्ल्यावरील तटसरनौबत, हवालदार, बारगीर इत्यादी सर्वांना बंदुका चालवण्याचा व तोफा डागण्याचा 'अभ्यास' असावा. किल्ल्यावरील सर्व सैनिकांनी तलवार, टाकणी ही हत्यारे बाळगावीत. किल्ल्यांच्या नाजूक जागा पाडून बुरुजाबुरुजास तटोतटास तोफा,जंबुरे, चरक्या आदी यंत्रे योग्य जागा पाहून ठेवावीत. गोलंदाज विश्वासू, कुटुंबवत्सल, कामात तत्पर,तोफा दुरुस्त करण्यात तज्ज्ञ असावेत. तोफांच्या संख्येवर त्यांची किल्ल्यावर नेमणूक करावी. किल्ल्यावरील लढाईचे सर्व साहित्य नेहमी सज्ज ठेवावे. गनिम मुलखात कोठे आहे, येईल तेव्हा बघू, असे म्हणणाऱ्या अधिकाऱ्यास गडावर ठेवू नये.

किल्ल्यावरील तट, बुरूज आदी बांधकाम सतत मजबूत राहील असे पाहणे. तटावर झाड वाढू देऊ नये. तथापि, किल्ल्यात झाडी भरपूर असू द्यावी. आंबे, फणस, चिंचा, वड, पिंपळ, निंब आदी तसेच पुष्पवृक्ष, वल्ली यांची लागवड करावी व त्यांचे रक्षण करावे. मग त्या झाडाचे प्रयोजन असो वा नसो. अप्रयोजक वाटणाऱ्या झाडांची प्रसंगी लाकडे तरी कामास येतील!

किल्ल्यावर सैनिकी पेशाच्या माणसांशिवाय इतरांची गरज भासते. त्यासाठी ब्राह्मण, ज्योतिषी, वैदिक, वैद्य, शस्त्रवैद्य, जखमा बांधणारे, लोहार, सुतार, पाथरवट, चांभार आदी लोक किल्ल्याच्या महत्त्वानुरूप ठेवावीत. या सर्वांना नेहमीच काम असते असे नाही; पण त्यांची हत्यारे त्यांनी आपल्याजवळ सतत सज्ज ठेवली पाहिजे. या लोकांना जेव्हा काम नसेल तेव्हा त्यांना रिकामे बसू देऊ नये. त्यांच्याकडून त्यांच्या वकुबाप्रमाणे सेवाचाकरी घेत जावी.

रामचंद्रपंत हे शिवछत्रपतींची प्रशासन नीती व लष्कर नीती पाहिलेले शिवशाहीतील अव्वल दर्जाचे, अव्वल कर्तबगारीचे प्रधान होते. 'आज्ञापत्रा'त त्यांनी सांगितलेली राजनीती ही शिवछत्रपतींचीच होय, याविषयी सर्व

विद्वान संशोधक व इतिहासकार यांना तीळमात्र शंका नाही. त्यामुळे शिवचरित्राचे ते एक अनमोल साधन ठरते. खेद यासाठी होतो, की त्याने फार संक्षिप्तपणे ही ग्रंथरचना केली आहे. अख्खी शिवशाही अनुभवलेल्या पाच छत्रपतींच्या दरबारात वावरलेल्या या मुत्सद्याने शिवछत्रपतींचे चरित्र जर लिहिले असते, तर काय बहार आली असती, असा विचार पंतांचे 'आज्ञापत्र' वाचताना अभ्यासकाच्या मनात येऊन जातो.

❖

६

शिवछत्रपती आणि धर्मविचार

शिवाजी महाराजांच्या काळात समाजाचे सर्व व्यवहार धर्म नियमित करत होता. धर्माच्या नावाने राज्ये उभी राहत होती, लढाया केल्या जात होत्या, कत्तली केल्या जात होत्या. शिवाजी महाराजानींही आपले राज्य स्थापन केले तेही हिंदू समाज व हिंदू धर्म यांच्या संरक्षणासाठीच होय. इस्लामी आक्रमणास पायबंद घालून आपली भूमी, धर्म व संस्कृती यांच्या संरक्षणासाठी स्वतंत्र राज्य स्थापन करण्याची त्यांची इच्छा होती. त्याप्रमाणे खरोखरच त्यांनी स्वतंत्र राज्य, हिंदवी स्वराज्य, स्थापन केले.

तथापि हे राज्य केवळ हिंदूंचे होते काय? केवळ हिंदू धर्माच्या संरक्षणासाठी निर्माण झाले होते काय? आतापर्यंत मुस्लीम राज्यकर्त्यांनी हिंदूंवर जुलूम-जबरदस्ती केली, त्याचा बदला घेण्यासाठी ते स्थापन झाले होते काय? या सर्व प्रश्नांची उत्तरे आपणास नकारार्थी द्यावी लागतात, आणि त्यासाठी आपणास महाराजांच्या राज्याची मूळ संकल्पना पाहावी लागते.

महाराजांचे राज्य हे या देशातील भूमिपुत्रांचे राज्य आहे. या

भूमिपुत्रांत फक्त हिंदू नव्हते तर सर्व जातीधर्मांचे लोक होते. त्या सर्वांचे ते राज्य होते. याचा अर्थ भूमिपुत्र असणाऱ्या मुसलमानांचेही हे राज्य होते. महाराज त्यांना कोणी परके मानत नव्हते. या देशात राज्य करू पाहणारे मोगल, अफगाण, तुर्क, इराणी हे लोक परके होते. या देशातील बाटून मुसलमान झालेले, ज्यांचा जन्म इथंच झाला, जे पिढ्यान्‌पिढ्या इथंच राहत होते, ते लोक शिवाजी महाराजांच्या दृष्टीने परके मुळीच नव्हते. मराठा, ब्राह्मण, कोळी, भंडारी, महार, साळी, माळी यांप्रमाणे हे मुसलमानही या भूमीचे पुत्र होते. स्वराज्य हे जसे मराठ्यांचे होते, तसे ते मुसलमानांचेही होते.

म्हणूनच तर स्वराज्याचा पाया रचला जात असताना म्हणजे स. १६५७ च्या एका अस्सल कागदात महाराजांच्या पायदळाचा सेनापती कोणी एक नूरबेग नावाचा मुसलमान आहे. पुढे जेव्हा महाराज स. १६५९ साली नोव्हेंबरात अफझलखानास भेटावयास गेले त्यावेळी त्यांच्या सोबत संभाजी कावजी, कोंडाजी व येसाजी कंक, जिवा महाला या दहा शूर शरीरसंरक्षकांमध्ये सिद्दी इब्राहिम बर्बर असल्याचे शिवभारतकार कवी परमानंद आपणास सांगतो. पुढे अफझलखानाच्या पाडावानंतर आदिलशाही सरदार रुस्तम जमान याच्याशी जे मराठ्यांचे युद्ध झाले, त्यात सिद्दी हिलाल नावाचा सेनानी मराठ्यांच्या सैन्यात असून तो रुस्तम जमानशी लढतो आहे; अशी अनेक उदाहरणे आपणास सांगता येतील.

जेव्हा महाराज आपल्या पायदळाचा सेनापती म्हणून नूरबेग या मुसलमानास नेमतात, तेव्हा त्यांच्या अवतीभोवती मराठा जातीचे सेनानी नव्हते काय? जेव्हा अफझलखानास भेटावयास जातात, तेव्हा आपल्या शरीरसंरक्षकांत विश्वासू व एकनिष्ठ म्हणून सर्वच सर्व मराठे (हिंदू) नेमता आले नसते काय? आपल्याच मुस्लीम शरीरसंरक्षकांकडून आपणास दगा होईल, असे महाराजांना का वाटले नाही? याचे उत्तर सोपे आहे. कारण खुद्द महाराजांना वाटत होते, की आपला संघर्ष इस्लामविरुद्ध नसून जुलमी इस्लामी राजसत्तेशी आहे आणि महाराजांच्या या विचारावर त्यांच्या राज्यातील मुस्लीम प्रजाजनांचाही विश्वास होता,श्रद्धा होती.

शिवाजी महाराजांचे भांडण मुसलमानांशी अथवा त्यांच्या धर्माशी

नव्हते, त्यांच्या धर्मग्रंथाशी नव्हते; याची साक्ष औरंगजेबाचा चरित्रकार खाफीखान यानेच दिली आहे. तो लिहितो -

"शिवाजीने आपल्या सैन्याकरिता असा सक्त नियम केला होता की, त्याचे सैनिक ज्या ज्या ठिकाणी लुटालूट करण्यास जातील तेथे तेथे त्यांनी मशिदीस, 'कुराण' ग्रंथास अथवा कोणत्याही स्त्रीस त्रास देऊ नये. जर एखादा 'कुराणा'चा ग्रंथ शिवाजीच्या हाती आला तर त्याबद्दल पूज्यभावना दाखवून तो आपल्या मुसलमान नोकरांच्या स्वाधीन करत असे."

एका शत्रूचा इतिहासकार शिवाजी महाराजांविषयी एवढे कौतुकाचे व गौरवाचे उद्‌गार काढतो, ही काही सामान्य गोष्ट नाही. ज्या काळात धर्माच्या नावाने अत्याचार होत होते, त्यावेळी हा राजा परधर्माबद्दल व परग्रंथाबद्दल आस्था व आदर दाखवीत होता. धर्माच्या नावाने कुणावरही अन्याय-अत्याचार होणार नाही, याबद्दल दक्ष होता.

धर्म या बाबीविषयी शिवाजी महाराजांचे विचार किती उदार, उच्च कोटीतील व न्यायी होते, याचे प्रतिबिंब त्यांनी औरंगजेब बादशहाला (त्याने जिझिया कर हिंदूंवर लादल्यावर) लिहिलेल्या पत्रात पाहावयास मिळते. महाराज लिहितात -

"तुमचा जर 'कुराण' आणि परमेश्वर यावर विश्वास असला तर 'कुराणा'त असे म्हटल्याचे आढळेल, की परमेश्वर हा सर्वांचा आहे. तो काही फक्त मुसलमानांचाच आहे, असे नाही. इस्लाम व हिंदू हे विश्वामधील दोन परस्पर विरोधी रंग आहेत. त्या विश्वकर्म्याने या जगाचे चित्र निर्माण करण्यासाठी या रंगांचा वापर केला आहे इतकेच."

औरंगजेब धर्माचा वापर साम्राज्याच्या वाढीसाठी करू पाहात होता. त्याच्या राजवटीत हिंदूंना दुय्यम नागरिकत्व होते. त्याच्या दृष्टीने हिंदू जे काही धार्मिक हक्क उपभोगत होते, ती त्याची मेहरबानगी होती. स्वत:ला तो या देशाचा, या भूमीचा पुत्र समजतच नव्हता. तो स्वत: तुर्क समजे. इथल्या मुसलमानांना तो तुच्छ समजे.

या सर्व पार्श्वभूमीवर शिवाजी महाराज आपल्या मुस्लीम प्रजाजनांना जी वागणूक देत होते, ती समतेची व बंधुभावाची वागणूक होती. म्हणून त्यांना कोणी मुसलमान सेवकाने दगा दिल्याचे उदाहरण 'शिवचरित्रा'त सापडत नाही.

शिवाजी महाराज हिंदू राजे होते. ते श्रद्धाळू हिंदू होते. धर्म ही मानवी जीवनातील सर्वश्रेष्ठ बाब आहे, असेही त्यांना वाटत होते; पण ते केवळ हिंदूंचे राजे नव्हते. जसे ते मराठा जातीचे होते; पण केवळ मराठ्यांचे राजे नव्हते.

धर्माबद्दल श्रद्धा असणे, अभिमान असणे ही एक बाब. तर माझाच धर्म श्रेष्ठ आहे व इतर सर्व धर्म तुच्छ आहेत, असे समजणे ही दुसरी बाब. असे समजणे म्हणजे धर्मांधता झाली. धर्मवेड झाले. धर्मवेडाने राज्ये मोठी होत नाहीत; उलट मोठमोठी साम्राज्येही धर्मवेडाने ऱ्हासाला जातात, अशी इतिहासाची साक्ष आहे.

❖

७

आग्राभेट : शिवचरित्रातील एक अद्‌भुत व गूढ घटना

छत्रपती शिवाजी महाराजांच्या तेजस्वी पराक्रमाने व असामान्य मुत्सद्देगिरीने त्यांचे चरित्र रसाळ व चित्तवेधक बनले आहे. अफझलखानाचा वध, शाहिस्तेखानावरचा छापा, सुरतेची मोहीम, राज्याभिषेक, कर्नाटक मोहीम यांसारख्या घटनांनी ते एका महाकाव्याचा विषय झाला आहे. पण या सर्व घटनांमध्ये सर्वांत अद्‌भुत व गूढ अशी कोणती घटना असेल, तर ती त्यांच्या आग्राभेटीची होय.

आग्राभेटीचे एकूण सहा टप्पे आहेत-(१)आग्राभेटीचे प्रयोजन (२)आग्र्याचा प्रवास (३) बादशहाशी भेट व कैद (४) कैदेतून सुटका (५) परतीचा प्रवास (६) या घटनेचा हिंदुस्थानच्या इतिहासावर झालेला परिणाम. यातील १, ४ व ५ क्रमांकांच्या टप्प्यांत अधिक गूढता आहे.

आग्राभेटीचे मूळ मिर्झा राजा जयसिंग याच्या स्वारीत व पुरंदरच्या तहात आहे. या तहाने महाराजांच्या राजकीय व लष्करी प्रतिष्ठेचे खच्चीकरण झाले. काही काळ का होईना ते मोगली साम्राज्यसत्तेचे अंकित झाले. त्यांच्या आयुष्यातील हा सर्वांत कठीण कालखंड होता. मोगलांचे अंकित या नात्याने त्यांना मिर्झा राजाने काढलेल्या विजापूरच्या

स्वारीत सामील व्हावे लागले होते.या मोहिमेतच दिलेरखान त्यांच्या जीवावर उठला होता.पण मिर्झा राजांच्या गुप्त मसलतीने ते मोगली छावणीतून निसटून स्वराज्यात आले. याच सुमारास स्वराज्याचा सेनापती नेताजी पालकर महाराजांवर रूसून आदिलशहास मिळाला.

विजापूरच्या स्वारीतच मिर्झा राजांशी महाराजांची जवळीक निर्माण झाली. त्यातूनच आग्राभेटीचे परिणाम स्वरूप फलित निर्माण झाले असावे. तुम्हास दक्षिणेची सरसुभेदारी बादशहाकडून मिळवून देतो, असे आश्वासन मिर्झा राजाने त्यांना दिले असले पाहिजे. खरोखरच तसे झाले असते तर तमाम दक्षिण आपल्या ताब्यात आणण्याची किल्लीच महाराजांच्या हाती येणार होती. मिर्झा राजाच्या शब्दांवर महाराजांचा विश्वास बसला होता. त्याच्या शब्दाला मोगल दरबारात किती प्रतिष्ठा आहे, हे त्यांनी प्रत्यक्ष पाहिले होते. असा मोगलांचा सर्वश्रेष्ठ सरदार आपणास बादशहाभेटीचा आग्रह करत असेल, तर ती एक सुवर्ण संधीच आहे, असे त्यांना वाटले असण्याची शक्यता आहे.

अर्थात हा सुद्धा एक तर्क आहे. पण तो ऐतिहासिक सत्याच्या अधिक जवळ जाणारा आहे. हा तर्क जरी आपण स्वीकारला तरी महाराजांनी आपला एकुलता एक पुत्र, स्वराज्याचा वारसदार, युवराज संभाजीराजे यांना आग्राभेटीत आपल्याबरोबर का न्यावे? एवढा दूरदर्शी व अखंड सावधान असणाऱ्या राजाने औरंगजेबासारख्या दगेखोर शत्रूच्या शब्दांवर कसा काय विश्वास ठेवला? संभाजीराजास समवेत नेण्यात आपण केवढा मोठा धोका पत्करत आहोत, याचा त्यांनी काहीच विचार केला नसेल का? मग एवढा मोठा धोका त्यांनी का पत्करला? इतिहासकारांकडे याचे उत्तर नाही. हे गूढ फक्त राजांनाच माहीत होते!

राजमाता जिजाऊंचा आशीर्वाद घेऊन महाराज राजगडाहून निघाले. शृंगारलेले हत्ती, घोडे, सोन्याच्या पालख्या, पुढे हत्तीवर डौलाने फडकणारा भगवा झेंडा, अशा राजाला शोभेल अशा वैभवी लवाजम्यासह ते प्रवास करत होते. मार्गातील प्रवासात त्यांची बडदास्त शहाजाद्याप्रमाणे ठेवावी, असे मिर्झा राजांचे हुकूम होते. त्यामुळे आग्र्यापर्यंतचा प्रवास सुखानेच झाला. मार्गातच खुद्द औरंगजेबाचे दिलदिलासा देणारे फर्मान आले. त्यामुळे आपण योजिलेल्या कार्यात आपण निश्चितच यशस्वी

होऊ, असा आत्मविश्वास महाराजांना आला.

पण असे घडणार नव्हते. आग्र्याजवळच्या मुलुकचंद सराईत महाराजांचा शेवटचा मुक्काम असताना त्यांचे स्वागत एखाद्या बादशाही उमरावांकडून व्हावे, असा राजनैतिक संकेत असतानाही रामसिंगाच्या एका सामान्य मुन्शीकडून ते झाले; इथेच त्यांच्या मनात धोक्याची पाल चुकचुकली. पुढचा वृत्तांत इतिहासप्रेमी वाचकांना ज्ञात आहेच. तो समग्र देण्यास इथे अवकाश नाही. पण एवढे मात्र नमूद करावयास हवे, की औरंगजेब बादशहाच्या भर दरबारात या मराठा राजाने आपल्या अस्मितेचे जे तेजस्वी दर्शन घडविले, त्यामुळे मोगल दरबारच नव्हे सर्व हिंदुस्थान थरारून गेला. स्वत:ला स्वाभिमानी व शूर समजणाऱ्या रजपुतांचेही डोळे या अभूतपूर्व प्रसंगाने दिपून गेले!

शेवटी आग्राभेटीची परिणती महाराजांच्या नजरकैदेत झाली. मराठ्यांच्या या राजाचे काय करावे, या विचारात बादशहा काही दिवस होता आणि शेवटी त्याचा निकाल लावण्याचा त्याने निर्णय घेतला. तेव्हा मिर्झा राजाचा पुत्र रामसिंग मध्ये पडला. आपल्या पित्याच्या शब्दावर विसंबून शिवाजीराजा इथं आला असून त्याच्या जिवाची हमी मी दिली आहे, असे त्याने बादशहाला सांगितले. मारणारच असाल तर प्रथम मला ठार करा, असे त्याने निक्षून सांगितल्यावर बादशहाने त्याच्याकडून जामीन घेऊन आपला निर्णय दक्षिणेतून मिर्झा राजाचा निरोप येईपर्यंत तहकूब ठेवला.

पण 'शिवाजी' हे प्रकरण बादशहास स्वस्थ बसू देत नव्हते. लवकरच त्याने महाराजांना सोबत घेऊन काबूलच्या मोहिमेवर जाण्याचा रामसिंगास हुकूम केला. आग्र्याचा क्रूरकर्मा किल्लेदार रणअंदाजखान यास सैन्य आघाडीवर तैनात केले. मार्गात राजाचा निकाल लावण्याची कामगिरी त्याच्यावर सोपविली गेली. तथापि महाराजांनी वजीर जाफरखानाला अत्यंत किमती भेट (लाच) देऊन बादशहाचा हा हुकूम रद्द करवून घेतला.

असे झाले तरी बादशहाच्या डोक्यातील राजास ठार मारण्याचे विचार रद्द झाले नव्हते. दरम्यान महाराजांच्या अर्जी बादशहाकडे जात होत्या. त्यास बादशहा उत्तर देत होता; पण सुटकेविषयी काहीच बोलत नव्हता. शेवटी महाराजांनी ही कोंडी फोडण्याचे ठरविले. प्रथम त्यांनी

रामसिंगाने दिलेला जामीन रद्द करवून घेतला. आपल्याबरोबर आलेल्या नोकर-चाकर,सैनिक यांना बादशाही दस्तके देऊन महाराष्ट्राकडे रवाना केले आणि मग ते आजारी पडले.या आजारातून लवकर बरे व्हावे म्हणून साधुसंतांकडे, दर्ग्यांकडे मिठाई-फळफळावळांचे पेटारे रवाना करू लागले.

बादशहाने महाराजांच्या निवासस्थानावरचे पहारे कडक केले होते. बाहेर पडण्याचा मज्जाव केला गेला. फौलादखान नावाचा अधिकारी या बंदोबस्ताचा प्रमुख होता.डोळ्यांत तेल घालून तो सुरक्षा-यंत्रणेवर नजर ठेवून होता. रामसिंगाची माणसेही राजाच्या जिवास अपाय होऊ नये, म्हणून आतील बाजूस पहारा देत होती. राजावरही नजर ठेवून होती...

१८ ऑगस्ट, १६६६ चा दिवस. बादशहा दरबारात बसला असतानाच फौलादखान धावत आला आणि कुर्निसात करून बोलला, 'राजा कोठडीत होता. वरचेवर जाऊन पाहात असता एकाएकी गइब (गायब) जाहाला, पळाला किंवा जमिनीमध्ये घुसला की अस्मानमध्ये गेला न कळे! आम्ही जवळच आहो. देखत देखत नाहीसा जाला. काय हुन्नर जाहाला न कळे!' (सभासद बखर). बादशहाची मन:स्थिती काय झाली असेल, याची आपण कल्पना करू शकतो. चौतर्फा अष्टदिशेला त्याने सैन्य रवाना केले. रामसिंगावर खप्पा मर्जी झाली. त्याला दरबारला यायला मना केले गेले!

महाराज आदल्या दिवशीच म्हणजे १७ ऑगस्ट रोजी कैदेतून निसटले होते. एक हजार पहारेकऱ्यांच्या हातांवर तुरी ठेवून निसटले होते! इतक्या कडक पहाऱ्यातून राजा कसा बाहेर पडला, हेच कोणाला उमजत नव्हते. बराच विचार केल्यावर काही अधिकाऱ्यांनी शोध लावला; राजा नेहमी किल्ल्याच्या आत-बाहेर जाणाऱ्या पेटाऱ्यांतून पळाला!राजस्थानी पत्रात हे नमूद केले गेले आहे.सभासद बखर, जेधे शकावली,खाफीखान, सुरतकर इंग्रज यांनी या कथेस दुजोरा दिला आहे.

पण सुप्रसिद्ध इतिहासकार पं.सेतुमाधवराव पगडी यांना हे मान्य नाही. महाराजांनी सुटकेसाठी पेटाऱ्यांची जरूर उपाययोजना केली असेल; पण त्यांच्यासारखा मानी पुरुष असाहाय्य बनून पेटाऱ्यात

बसला असेल असे वाटत नाही; पेटारे वाहणाऱ्या नोकराचा वेष घेऊन ते बाहेर पडले असावेत, असे त्यांनी म्हटले आहे. हे मतही विचारात घेण्यासारखे आहे.

काही दिवसांपूर्वी एका वाहिनीवर बोलताना मी एक नवीन मुद्दा मांडला होता. तो म्हणजे शहाजीराजांनी शिवाजीराजांची बंगळूरहून पुणे प्रांती रवानगी केली होती, त्यावेळी त्यांच्या शिक्षण-प्रशिक्षणासाठी अनेक विख्यात अध्यापक सोबत पाठविले होते, त्यांनी राजांना ज्या अनेक कला व शास्त्रे शिकविली, त्यात 'जादुगिरी' (माया) ही एक कला होती. या कलेत महाराज प्रवीण झाल्याचे त्यांचा समकालीन चरित्रकार कवींद्र परमानंद म्हणतो. तेव्हा नजरबंदीसारख्या ट्रिक्समध्ये महाराज कुशल होते. या कलेचाही उपयोग त्यांनी या वेळी केला असण्याची शक्यता आहे! तेव्हा महाराजांची कैदेतून सुटका कशी झाली असावी, हेही एक गूढच आहे.

महाराजांचा परतीचा प्रवास हे एक तिसरे गूढ आहे. समकालीन राजस्थानी पत्रात महाराज २५ दिवसांनी राजगडास पोहोचले असे नमूद केले आहे. अनेक इतिहासकारांनी महाराजांचा हा प्रवास आग्रा-मथुरा-अलाहाबाद-गया-गोवळकोंडा-बिदर-गुलबर्गा-पंढरपूर-फलटण-राजगड असा दिला आहे. या मार्गांनी हे अंतर १५००-१७०० मैलांचे पडते, आणि त्या काळातील रस्त्यांची अवस्था लक्षात घेतली तर हे अंतर अवघ्या २५ दिवसांत पार करणे केवळ अवघड होते. या पार्श्वभूमीवर महाराज मथुरेहून सरळ दक्षिणेकडे १ हजार मैलांचे अंतर २५ दिवसांत कापून राजगडास पोहोचले असावेत, असा तर्क शिवचरित्रकार मेहेंदळे यांनी केला आहे. त्याचाही विचार करायला हवा. आजमितीस परतीच्या प्रवासाचा मार्ग निश्चितपणे सांगणारा कोणताही पुरावा आपल्या हाती नाही आहे. तेव्हा तर्कावरच विसंबून राहावे लागते.

आग्र्याच्या मुक्कामात आपल्या बरोबरचा नोकर-चाकरांचा लवाजमा, महाराजांनी बादशहाच्या संमतीने दक्षिणेत पाठविला होता. त्यावेळी त्यांना लागणारे दस्तके (प्रवास परवाने) मिळाले होते, त्यातील काही दस्तकांचा उपयोग महाराजांना आपल्या प्रवासात झाला होता.

शेवटी आग्राभेट व आग्र्याहून सुटका या घटनांचे फलित काय? औरंगजेब बादशहाच्या बाजूने त्याच्या बलाढ्य सार्वभौम साम्राज्यसत्तेच्या

प्रतिष्ठेला तडा गेला.पण सर्वांत मोठी अप्रतिष्ठा व मानहानी झाली ती मिर्झा राजा जयसिंगाची. बादशहाचा वहीम रामसिंगावर होताच.त्याच्याच साहाय्याने शिवाजीराजा निसटला,असे त्याला वाटत होते.मिर्झा राजाही त्याच्या मर्जीतून पूर्ण उतरला होता!आता तो पूर्णपणे खचून गेला. आयुष्यभर बादशहाची केलेली सेवा व मिळविलेली प्रतिष्ठा धुळीला मिळाली,ही नैराश्याची भावना उरात बाळगून तो उत्तरेची वाट चालू लागला. मार्गात बुऱ्हाणपूर येथे मोगलांचा हा महान सेनापती अपयशाच्या गर्तेत मरण पावला. त्याला बादशहाच्या हुकमानेच विषप्रयोग केला गेला, असा प्रवाद त्याकाळी उत्पन्न झाला होता.

मराठ्यांच्या दृष्टीने या घटनांचे फलित म्हणजे त्यांचा राजा मृत्यूच्या कराल दाढेतून सुखरूप बाहेर पडला,हीच सर्वांत मोठी जमेची बाजू होती. यामुळे स्वराज्याला जीवदान मिळाले.लवकरच महाराजांनी पुरंदरच्या तहात गेलेले किल्ले व मुलूख ताब्यात आणला. एवढेच नव्हे तर स्वत:ला राज्याभिषेक करून दक्षिणेत मराठ्यांची स्वतंत्र व सार्वभौम सत्ता स्थापन झाल्याचे त्यांनी जगाला जाहीर केले. याच सत्तेने महाराजांनंतरच्या अवघ्या ५० वर्षांत दिल्लीच नव्हे तर पंजाबपावेतो आपली सत्ता नेली.

शिवाजीराजांस आपण वेळीच ठार केले नाही, ही आपली फार मोठी चूक झाली, याचे शल्य बादशहाला आयुष्याच्या अखेरपर्यंत टोचत राहिले. शेवटच्या दिवसांत आपल्या पुत्रांस लिहिलेल्या पत्रात तो पश्चात्तापदग्धतेने लिहितो :

'माझ्या हलगर्जीपणामुळे तो दुष्ट शिवा कैदेतून निसटला आणि त्याचा परिणाम म्हणून मला आयुष्याच्या अखेरीपर्यंत मराठ्यांशी संघर्ष करण्यासाठी जिवाचे रान करावे लागले!'

आणि म्हणूनच अशी चूक पुन्हा होऊ नये म्हणून बहादूरगडी बादशहा पुढे कैदी संभाजीराजांस पेश केले गेले, त्याच दिवशी ते पळून जाऊ नयेत म्हणून त्यांचे त्याने डोळे काढले व पुढे त्यांना हालहाल करून निर्घृणपणे ठार केले. शिवाजीराजास ठार केले नाही, ही बादशहाची मोठी चूक झाली; पण संभाजीराजास ठार करून त्याने दुसरी घोडचूक केली, अशीच इतिहासाची साक्ष आहे!

❖

८

शिवछत्रपती आणि वेदोक्त प्रकरण

'वेदोक्त' याचा शब्दशः अर्थ वेदात सांगितल्यानुसार असा आहे. वेदातील मंत्रांनुसार हिंदू धर्माचे सोळा संस्कार करण्याचा अधिकार प्राचीन काळी त्रैवर्णास, म्हणजे ब्राह्मण, क्षत्रिय व वैश्य यांस, दिला गेला होता. पण मध्ययुगात ब्राह्मण पंडितांनी क्षत्रिय वर्ण पृथ्वीतलावरून नाहीसा झाल्याचे आणि या जगात आता फक्त ब्राह्मण व शूद्र असे दोनच वर्ण अस्तित्वात आल्याचे जाहीर केले.

त्यासाठी पुराणकथा रचल्या गेल्या. त्यानुसार ब्राह्मणांचा पुढारी परशुरामाने २१ वेळा पृथ्वी निःक्षत्रिय केल्याची कथा तयार केली गेली.त्याच वेळी 'नंदान्तं क्षत्रियकुलम्' अशी दुसरी घोषणा ब्राह्मणांनी केली. कुटीलनीतिज्ञ चाणक्याने आपल्या शिष्यास-चंद्रगुप्त मौर्यास (जो दासीपुत्र होता असे सांगितले गेले) हाताशी धरून शेवटचे क्षत्रिय घराणे-नंद घराणे-नष्ट केले व त्याबरोबर पृथ्वीवरील क्षत्रियांचाही अंत झाला, अशी इतिहासाची मांडणी करण्यात आली. त्यासाठी कृष्ण, नरसिंह शेष व कमलाकर भट्ट यांसारख्या ब्राह्मणपंडितांनी 'शूद्राचार शिरोमणी' व 'शूद्रकमलाकर' यासारखे ग्रंथ लिहिले आणि ऐन मोगल

आमदानीत हिंदुस्थानात आता क्षत्रियच नसल्याचा निर्वाळा दिला.

आता ब्राह्मणवर्गाच्या या तथाकथित मांडणीस छेद देणारे काही प्रश्न निष्पन्न होतात, ते असे -

१. परशुरामाने एकदा पृथ्वी नि:क्षत्रिय केल्यावर पुन:पुन्हा नि:क्षत्रिय करण्याची गरज काय?

२. परशुरामाने पृथ्वी नि:क्षत्रिय केली होती,तर त्याचा पराभव करणारा क्षत्रिय कुलातील राम मग कोठून आला?

३. नंदानंतर जर सर्व क्षत्रिय कुले अस्तास गेली तर दक्षिणेतील राष्ट्रकूट,देवगिरीचे कदंब,यादव, उत्तरेतील गुप्त राजे,रजपूत राजे या क्षत्रियांचे काय करायचे? की त्यांना शूद्र समजायचे? पण असे प्रश्न ब्राह्मणवर्गास विचारणे निरर्थक होते. पृथ्वीवर क्षत्रियच नाहीत, अशी घोषणा हिंदूधर्माचे रक्षकच करीत होते आणि तेही मुस्लीम राज्यकर्त्यांची सत्ता माध्यन्ही सूर्याप्रमाणे तळपत असता! म्हणजे आपण जे काही करीत आहोत ते हिंदू धर्मास तारक आहे की मारक आहे, हे समजण्याइतपत विवेकबुद्धीही त्यांना सोडून गेली होती.

खरे तर फार प्राचीन काळापासून ब्राह्मण व क्षत्रिय दोन वरिष्ठ वर्णांत स्पर्धा व संघर्ष चालू होता. इतिहास असे सांगतो की, जोपर्यंत शत्रूशी लढण्यात क्षत्रिय विजयी राहिले तोपर्यंत ब्राह्मणांनी क्षत्रियांशी सामोपचाराची व समन्वयाची भूमिका घेतली. पण जेव्हा मुस्लीम आक्रमकांसमोर क्षत्रिय पराभूत होऊ लागले तेव्हा ब्राह्मणांनी त्यांनी निर्माण केलेल्या शास्त्रांच्या जोरावर क्षत्रियांना त्यांच्या उच्च स्थानावरून खाली खेचले व त्यांना 'शूद्र' म्हणून जाहीर केले!

शिवाजी महाराजांच्या काळात म्हणजे १७ व्या शतकात ब्रह्मवर्गाचा दंभ कमी झालेला नव्हता. आपण भूलोकीचे प्रत्यक्ष देवच आहोत, असे त्यांचे पुढारी समर्थ रामदास स्वामी यांनी घोषित केलेले होते. त्यांची घोषणा पाहा :

१. "ब्राह्मण वेद मूर्तिमंत । ब्राह्मण तोचि भगवंत । पूर्ण होती मनोरथ । विप्रवाक्य करूनि ।।"

२. "असे ब्राह्मण सुरवर वंदिती । तेथे मानव बापुडे किती । जरी ब्राह्मण मूढमती । तरी तो जगद्वंद्य ।।"

आपल्या वर्णाचा केवढा हा गर्व! केवढा हा दंभ! अशा प्रकारे स्वत:ला प्रत्यक्ष 'भगवंत' समजणाऱ्या ब्राह्मणवर्गाने शिवाजी महाराजांच्या क्षत्रियत्वाला विरोध करून राज्याभिषेक प्रसंगी आडकाठी आणली असेल तर त्यात नवल कसले?

अर्थात ही आडकाठी त्या काळच्या भटभिक्षुकांनी आणली नव्हती, तर राजकारणी ब्राह्मण सरकारकुनांनी (प्रधानांनी) उपस्थित केल्याचा आरोप इतिहास संशोधक वा. सी. बेंद्रे करतात, तो मान्य होण्यासारखा नाही.* कारण तसा कोणताही पुरावा उपलब्ध नाही. आमच्या मते, महाराष्ट्रातील भटभिक्षुकांनी व त्यांचे पुढारी तथाकथित विद्वान शास्त्रीपंडित (ज्या सर्वांचा मिळून महाराष्ट्रातील ब्रह्मवर्ग बनत होता) यांनी महाराजांना विरोध केला होता. अष्टप्रधान मंडळात राहून महाराजांच्या क्षत्रियत्वाला व राज्याभिषेकाला विरोध करण्याचे नैतिक धाडस कोण ब्राह्मण सरकारकून (प्रधान) करील, असे वाटत नाही.

राज्याभिषेकाच्या काळात या जगात आता क्षत्रियच राहिले नाहीत, हा ब्राह्मणांचा मुद्दा थोडासा बाजूला पडला असावा. पण भोसले घराण्याचे, विशेषत: शिवाजीराजांचे, 'क्षत्रियत्व, उपनयन, विवाह आदी विधी वेदोक्त पद्धतीने न झाल्याने लोप पावले आहे, यावर आता त्यांनी जोर दिला होता. म्हणजे आपण सिसोदिया कुलातील क्षत्रिय आहोत, हे सिद्ध करणारी खात्रीलायक कागदपत्रे (वंशावळी) जरी महाराजांनी खास शिष्टमंडळ पाठवून उदयपूरहून आणवून घेतली असली तरी लोप पावलेल्या क्षत्रियत्वाचे काय, हा प्रश्न काही सुटलेला नव्हता. महाराजांना या प्रश्नाचे गांभीर्य लक्षात आले होते. ब्राह्मणवर्ग हा राज्याभिषेक विधीच्या वेळी हे प्रश्न उपस्थित करून काही विघ्न आणण्याचा प्रयत्न करील, असा त्यांनी यापूर्वीच अंदाज बांधल्याने त्यावर काशीच्या गागाभट्टाच्या रूपाने जालीम मात्रा त्यांनी तयार करून ठेवली होती.

गागाभट्टाचे मूळ घराणे पैठणचे. १५ व्या शतकात ते काशीत स्थायिक झाले. अंगच्या पांडित्यामुळे गागाभट्टाचा लौकिक सर्व देशभर झाला होता. महाराष्ट्रात ते तीर्थयात्रेसाठी अधूनमधून येत असत.

---

* श्री छत्रपति शिवाजी महाराज, उत्तरार्ध, पृ.७३९

कोकणात स. १६६४ मध्ये भरलेल्या धर्मसभेसाठी ते येऊन गेल्याचा दाखला मिळतो. गागाभट्टांनी मीमांसा व धर्मशास्त्रावर अनेक ग्रंथांची रचना केली होती. राज्याभिषेकाच्या वेळी महाराष्ट्रीय ब्राह्मणपंडित कोणते प्रश्न उपस्थित करणार,याचा अंदाज बांधून गागाभट्टांनी त्यांचे पैठणचे गुरूबंधू अनंतदेव भट्ट यांच्या सहकार्याने 'राज्याभिषेक प्रयोग:' व 'तुला पुरुष दानविधी' हे दोन ग्रंथ तयार करून रायगडावर आणले होते. पहिल्या ग्रंथात राज्याभिषेक विधीचा तपशील होता, तर दुसऱ्या ग्रंथात महाराष्ट्रीय ब्राह्मण पंडितांच्या संभाव्य आक्षेपांचे निरसन करणारे उपाय सांगितले होते.

महाराजांना उपनयन संस्कार व समंत्रक विवाह झालेले नाहीत, सबब त्यांचे क्षत्रियत्व लोप पावले आहे, असा महाराष्ट्रीय ब्राह्मणांचा मुख्य आक्षेप होता. गागाभट्टांनी रचलेल्या 'तुला पुरुष दानविधी' या ग्रंथात त्यास उपाय सांगितला होता.

तसेच लष्करी मोहिमांवर असताना महाराजांच्या हातून ब्राह्मण, स्त्रिया आदींच्या हत्या कळत नकळत झाल्या असतील तर त्या दोषाच्या क्षालनार्थही प्रायश्चित्त विधी गागाभट्टांनी सुचविला होता. हे सर्व विधी (समंत्रक विवाहासह) राज्याभिषेकाच्या पूर्वीच पार पाडून गागाभट्टांनी पुढचा मार्ग बराचसा निष्कंटक केला होता. राज्यारोहणाचा मुख्य विधी ५ जून (शुक्रवारी) सायंकाळी सुरू होऊन ६ जूनला पहाटे सिंहासनारोहणाने व त्यानिमित्त आयोजित केलेल्या दरबाराने समाप्त झाला.

वेंगुर्ल्यास डच वखार होती. त्या वखारीचे काही प्रतिनिधी रायगडावर या राज्याभिषेक सोहळ्यास उपस्थित होते. त्यांच्यापैकी अब्राहम नावाच्या व्यापाऱ्याने आपल्या मायदेशी पाठविलेल्या वृत्तांतात शिवाजीराजाच्या राज्याभिषेकाचा साद्यंत वृत्तांत दिला आहे. त्यात या प्रसंगी ब्राह्मणपंडितांनी उपस्थितीत केलेल्या 'वेदोक्ता'च्या प्रश्नाचे स्वरूप (अर्थात त्याला जसे उमजले तसे) दिले आहे. त्यात त्याने लिहिले आहे -

"पुष्कळ दिवस पूर्वतयारी होऊन जूनमध्ये **शिवाजीच्या राज्याभिषेकाची** संपूर्ण तयारी झाली. आणि ब्राह्मण व विद्वान भट्ट व सहकुटुंब असे सुमारे ११ हजार लोक रायगडावर जमा झाले. शिवाजीने मुख्य व विद्वान् गृहस्थांना आपला हेतू सांगितला. हल्लींची भोसले जाती सोडून

क्षत्रिय जातींत प्रवेश केल्याशिवाय आपल्याला मुकुट धारण करता येणार नाही; करिता आपल्याला त्या जातींत घ्यावे अशी त्यानें विनंती केली. तुमचे पूर्वज पिढ्यान्‌पिढ्या भोसलेच असल्याने तसे करणे अशक्य आहे; असे विद्वानांनी सांगितले. भोसले क्षत्रियांचेच वंशज आहेत, आणि असे जातिपरिवर्तन होऊ शकेल असे शिवाजीचे म्हणणे पडले. तेव्हा प्रथम क्षत्रिय बनल्याशिवाय शिवाजी मुकुटधारणाला योग्य होणार नाही, असा विचार करून आणि पूर्वीसारखे **जुलमानें राज्य न करण्याचें त्यानें वचन दिल्याचें** लक्षांत घेऊन, गेल्या २९ मे रोजी दुसऱ्या पक्षाच्या मंडळीनें त्याला मोठ्या समारंभानें क्षत्रिय करून घेतलें. **क्षात्रधर्माची** दीक्षा ते देणार होते; परंतु **ब्राह्मण्यांचा आचार** आपल्याला शिकवावा अशी त्यानें इच्छा दर्शविली. ही गोष्ट त्यांना मान्य होईना. परंतु त्यांपैकीं एका मुख्यानें आपली संमती दिली आणि शिवाजीनें त्याला ७ हजार होन बक्षीस दिले. एक सर्व दिवस त्याबद्दल संस्कार करून १७ हजार होन धर्मार्थ वाटून दिले.पापक्षालनार्थ म्हणून ४ जून रोजीं शिवाजीनें **मोठा दानधर्म केला**. १७हजार होन किंवा १६० पौंड वजनाची स्वत:ची सुवर्णाची तुला करून व त्याचप्रमाणें चांदी, तांबें, जस्त, कथील, शिसें, लोखंड, ताग, कापूर, मीठ, खिळे, जायफळें, जायपत्री, मसाले, लोणी, साखर, सर्व प्रकारचीं फळें, खाद्यें,

सुपारी, ताडीसुद्धा नानाविध वस्तूंच्या तुला करून त्या सर्वांचा धर्म करून टाकला. शिवाजीनें जाळपोळ केली त्यांमध्यें स्त्रिया, मुलें, पशू व ब्राह्मण यांची हत्या झाली असण्याचा संभव होता. त्या पापाच्या क्षालनार्थ दोघा ब्राह्मणांच्या सूचनेवरून आणखी १६०० होनांचें दान करण्यात आले.

सर्व आवश्यक धार्मिक विधी यथास्थित झाल्यानंतर ५ जून रोजी मुद्दाम आणविलेल्या गंगाजलाने स्नान करून शिवाजीने प्रत्येक ब्राह्मणाला १०० होन दक्षिणा दिली. मुख्याला ५हजार होन व २हजार होनांचे वर्षासन दिले. **६ जून रोजी** पहाटेस ५ वाजता त्याने मुद्दाम बनविलेल्या सिंहासनावर आरोहण केले, आणि जमलेल्या सर्व लोकांनी त्याला 'शिवराज' असे अभिधान दिले.

त्यानंतर मुख्य प्रधान **मोरोपंडित** यांनी मुजरा करून ८हजार होन आणवून,शिवाजीच्या शिरावर ओतले. मुख्य हिशेबनीस **निळो पंडित** याने ७ हजार होन आणले; दोघां कौन्सिलरांनीं (?) प्रत्येकीं ५हजार होन आणून त्याप्रमाणेंच शिवाजीला सुवर्णस्नान करविलें. राहिलेल्या प्रधानांनींही मुजरे केले आणि ते सिंहासनाच्या उभय बाजूंना रांगा करून उभे राहिले. संभाजी राजा सिंहासनाच्या पायरीवर बसला. ७ जूनला, जमलेल्या सर्व वकील (envoys) व ब्राह्मण मंडळींना सार्वत्रिक देकार सुरू झाला. योग्यतेप्रमाणे प्रत्येक ब्राह्मणाला ३, ४ किंवा ५ रुपये आणि बायका-मुलांनाही सरसकट १ किंवा २ रुपये दिले. हा दानधर्म १२ दिवस चालला होता व तितके दिवस भोजने चालू होती. ह्या समारंभाचा व दानधर्माचा एकंदर खर्च **दीड लाख** होन इतका झाला असे म्हणतात.''*

डच व्यापाऱ्याने तटस्थ भूमिकेवरून रायगडावर राज्याभिषेक समारंभाच्या निमित्ताने झालेल्या पंडितांमधील वादाचे वर्णन केलेले आहे. त्यातून रायगडावरील 'वेदोक्ता'चे स्पष्ट चित्र उमटते. ते असे -

१. आपण क्षत्रिय आहोत, सबब आपणास राज्याभिषेकाचा अधिकार आहे, हे शिवाजी महाराजांचे म्हणणे होते.

२. पण ब्राह्मण पंडितांना हे मान्य नव्हते.'तुमचे पूर्वज पिढ्यान्‌पिढ्या

---

* शिवकालीन पत्रसार-संग्रह, पृ. ५०४-५०५

भोसलेच (म्हणजे शूद्र) असल्याने तसे करणे अशक्य आहे,' असे त्यांचे म्हणणे होते.

३. तथापि, महाराज आपले मत सोडावयास तयार नव्हते. तेव्हा महाराजांचे क्षत्रियत्व पुन्हा त्यांना प्राप्त करून देण्याचा विधी करायचे त्यांनी मान्य केले व तसा विधी करून त्यांना 'क्षत्रिय' बनवले गेले.
४. विधिवत क्षत्रिय झाल्यावर महाराजांनी आपणास वैदिक मंत्र (गायत्री मंत्र?) शिकवावा, असा पंडितांकडे आग्रह धरला; पण पंडितांनी तो मान्य केला नाही.
५. तेव्हा महाराजांनी गागाभट्टांचीमात्रा त्यांच्यावर चालविली. शिवाजीराजे क्षत्रिय असून त्यांना वेदाधिकार आहेत, त्यांनी जाहीर केले.(त्यासाठी)राजांनी त्यांना ७ हजार होन बक्षीस दिले! आणि (ज्यांनी विरोध केला त्या पंडितांनाही)१७हजार होन धर्मार्थ दान केले!
६. ब्रह्महत्यादी पापक्षालनार्थ केलेल्या प्रायश्चित्त विधीनंतर ब्राह्मणांना १६०० होनांचा दानधर्म करण्यात आला!
७. प्रत्येक ब्राह्मणास १००होन दक्षिणा मिळाली.गागाभट्टास उपरोक्त ७ हजार होनांशिवाय आणखी ५हजार होनांची दक्षिणा व २हजार होनांचे वर्षासन मिळाले.
८. राज्याभिषेक समारंभावर एकूण दीड लाख होन खर्च केले गेले.

उपरोक्त चित्रावरून असे दिसते, की शिवछत्रपतींना या 'वेदोक्ता'चे चटके बसल्याशिवाय राहिले नाहीत. महाराष्ट्रीय ब्राह्मण पंडितांना गागाभट्टांच्या ज्ञानाधिकाराने शांत बसविले, हे जेवढे खरे तेवढेच हेही खरेच की महाराजांनी सुवर्ण नाण्यांच्या थैल्या मोकळ्या केल्यामुळे या शांततेला बऱ्यापैकी स्थैर्य प्राप्त झाले.

सुरतकर इंग्रज रायगडावर जमलेल्या ब्राह्मणांची संख्या २० हजार इतकी देतात; वेंगुर्लेकर डच ती ११हजार असे सांगतात. असे हजारो ब्राह्मण सहकुटुंब महिनाभर रायगडावर महाराजांचा पाहुणचार घेत होते. ब्राह्मणांनी महाराजांचे क्षत्रियत्व मान्य केले; पण त्याची पुरेपूर किंमतही त्यांच्याकडून दक्षिणेच्या रूपाने वसूल केली, हे शिवचरित्रातील एक

कटू वास्तव आहे.

महाराष्ट्रात 'वेदोक्ता'चा उद्रेक अधूनमधून होतच राहिला. स. १८२८ मध्ये साताऱ्यात त्याचा स्फोट झाला. त्यावेळी प्रतापसिंह छत्रपती गादीवर होते. सांगलीच्या चिंतामणराव पटवर्धन या पेशव्यांच्या सरदाराने सनातनी ब्राह्मणांचे संघटन करून संकेश्वराच्या शंकराचार्यांकडून निर्णयपत्र घेतले की, "कलीत क्षत्रिय नाहीत. शिवाजी महाराज वगैरे क्षत्रिय नव्हते. प्रतापसिंहांनी 'क्षत्रिय कुलावतंस' हे पद धारण करू नये आणि आपल्या वाड्यात वेदोक्त विधीने कृत्ये करू नयेत."

तेव्हा या वादाचा निकाल लावण्यासाठी प्रतापसिंह महाराजांनी पंडितांची साताऱ्यात संस्कृत पाठशाळेत एक सभा बोलविली. त्यात क्षत्रियांची बाजू आबा पारसनीस या प्रभू विद्वानाने मांडली तर ब्राह्मणांची बाजू वेदसंपन्न राघवाचार्य गजेंद्रगडकर यांनी लढवली. या वादात ब्राह्मणपक्षाचा पराभव होऊन छत्रपतींचेच नव्हे तर त्यांचे आप्त मोहिते, महाडीक, माने, गुजर, जाधव इत्यादी मराठ्यांचेही क्षत्रियत्व ब्राह्मणांनी मान्य केले.*

पटवर्धन कोण? छत्रपतींचे चाकर पेशवे, त्यांचे सरदार! त्यांनी पुढे होऊन खुद्द छत्रपतींवरच सांस्कृतिक हल्ला करण्याचे धारिष्ट्य दाखवावे, हे केवढे आश्चर्य! पण असे धारिष्ट्य वर्णवर्चस्वाच्या अहंकारातून पुढे येत असते.

पेशवाईत चांद्रसेनीय कायस्थ प्रभूनांही वेदाचा अधिकार ब्राह्मणांनी नाकारला होता! त्यामुळे येथून पुढच्या वेदोक्ताच्या लढाईत प्रभूमधील पंडितांनी मराठ्यांना साहाय्य केल्याचे दिसून येते.

वेदोक्ताचा तिसरा स्फोट महाराजा सयाजीराव गायकवाडाच्या राज्यात झाला (स. १८९६). महाराजांच्या आश्रयास असलेल्या महाराष्ट्रीय पुरोहितांनी राजवाड्यातील धार्मिक कृत्ये वेदोक्त पद्धतीने करण्यास नकार दिला! एवढेच नव्हे; तर त्यांचा प्रमुख राजोपाध्ये राजारामशास्त्री याने आपल्या पदाचा त्याग केला. तेव्हा महाराजांनी या पुरोहितांना नोकरीतून कमी करून त्यांच्या जागांवर गुजराथी व राजस्थानी पुरोहितांच्या नेमणुका केल्या व राजवाड्यातील सर्व धार्मिक विधी वेदोक्त पद्धतीने

---

* छत्रपती शाहू : राजा व माणूस, पृ. २२६

सुरू केले. या प्रसंगी पुण्याच्या 'केसरी'ने महाराजांवर कठोर टीका करून महाराष्ट्रीय ब्राह्मणांची बाजू उचलून धरली. पण महाराजा सयाजीरावांनी त्याकडे दुर्लक्ष केल्याने बडोद्यातील वेदोक्त हे गायकवाड दरबारातील पेल्यातील एक वादळ ठरले.

पण वेदोक्ताने खऱ्या वादळाचे उग्र स्वरूप धारण केले ते कोल्हापूरच्या शाहू महाराजांच्या दरबारातील वेदोक्त प्रसंगाने! स. १८९९ मध्ये एका यत्कश्चित पुरोहिताने शाहू छत्रपती शूद्र असल्याने त्यांना वेदाधिकार नसल्याचा प्रहार पंचगंगा तीरावर धार्मिक स्नानाच्या प्रसंगी केला. खुद्द छत्रपतींनाच हे ब्राह्मण शूद्र मानतात तर समाजातील शूद्रातिशूद्रांना कसे लेखीत असतील, असा विचार करून महाराजांनी आपल्या वैयक्तिक अन्यायाला व्यापक सामाजिक स्वरूप दिले. त्यातून महाराष्ट्रात 'वेदोक्त चळवळ' उभी राहिली आणि तिने एक मोठा इतिहासच घडविला!

आज 'वेदोक्त' हे इतिहास झाले आहे. आज 'वेदोक्त' हा व्यक्तिगत अधिकार आहे. कोणीही वेदोक्त पद्धतीने आपले धार्मिक विधी करू शकतो. भारतीय संविधानाने तसा अधिकार सर्व हिंदूंना दिलेला आहे.

पण आज तुमच्या-आमच्या मनातील 'वेदोक्त' केव्हा जाणार? एक जात दुसऱ्या जातीस कमी दर्जाची समजते, हेही एक प्रकारचे 'वेदोक्त'च आहे. आज 'वेदोक्ता'चा अर्थ सामाजिक न्यायासाठीची लढाई असा आहे. ती आम्हास अनेक स्तरांवर लढावी लागणार आहे. त्यासाठी इतिहासातील 'वेदोक्ता'पासून आम्हास सकारात्मक उर्जा मिळू शकते.

(दि. ७ ऑगस्ट, २००० रोजी कोल्हापुरात शाहू विचार मंचातर्फे कोल्हापुरात घडलेल्या वेदोक्ताच्या शताब्दिनिमित्त आयोजित केलेल्या परिसंवादात वाचलेला निबंध.)

❖

९

शिवाजी महाराजांचा दुसरा तांत्रिक राज्याभिषेक

शिवाजी महाराजांचा राज्याभिषेक म्हणजे ६ जून, १६७४ रोजी रायगडावर मोठ्या वैभवशाली पद्धतीने साजरा झालेला, गागाभट्टाने पौरोहित्य केलेला वैदिक राज्याभिषेक हा सर्वसामान्य इतिहासप्रेमींना माहीत असतो. पण महाराजांना त्याच साली दुसरा एक राज्याभिषेक करवून घ्यावा लागला, याची माहिती सहसा असत नाही. याचे कारण वा. सी. बेंद्रे यांच्यासारखे काही अपवाद वगळता, अन्य शिवचरित्रकारांनीही या घटनेची खोलवर जाऊन चर्चा-चिकित्सा केलेली नाही. दुसऱ्या शब्दांत महाराजांचा हा राज्याभिषेक आजवर तसा उपेक्षित विषय राहिला आहे.*

---

* यास अपवाद म्हणजे अलीकडच्या काळातील कॉ. शरद पाटील व डॉ. आ. ह. साळुंखे हे दोन इतिहासकार होत. पण त्यांचे लिखाण दुसऱ्या राज्याभिषेकातील तथाकथित शैवविवाह या विषयावर केंद्रित झाले आहे; आणि तो एक स्वतंत्र लेखाचा विषय आहे.

दोन्ही राज्याभिषेकांचे स्वरूप

दोन्ही राज्याभिषेक रायगडावर एकच साली झाले असले तरी त्यांच्यात तात्त्विक मतभिन्नता होती. ती अशी की पहिला राज्याभिषेक हा वैदिक पद्धतीने, म्हणजे वैदिक मंत्रांनी, केलेला होता व त्यासाठी काशीचा हिंदूधर्मशास्त्रांचा गाढा पंडित वेदशास्त्रसंपन्न गागाभट्ट यास प्रमुख पौरोहित्य दिलेले होते. दुसरा राज्याभिषेक तांत्रिक पद्धतीने म्हणजे तंत्रविद्या मंत्रांनी केलेला होता व त्याचे अध्वर्यूपण तंत्रविद्यापारंगत शैवपंथीय निश्चलपुरी गोसावी याजकडे होते.

पहिल्या राज्याभिषेकात वैदिक देवदेवतांना आवाहन करून त्यांचे पूजन वैदिक मंत्रोपचाराने केले गेले; तर दुसऱ्या राज्याभिषेकामध्ये ग्रामदेवता, स्थलदेवता, देशदेवता, मंडपदेवता इत्यादी अवैदिक देवतांना आवाहन करून त्यांचे पूजन तांत्रिक मंत्रोपचाराने करण्यात आले.

पहिला राज्याभिषेकाचा सोहळा १०-१२ दिवस चालला होता. त्यासाठी पौरोहित्य दक्षिणा, ब्राह्मणदान, अन्नछत्रांतील अन्नदान यासह सोहळ्यासाठी अमाप खर्च केला गेला. एकट्या गागाभट्टाला ७ हजार होन दक्षिणा मिळाली. दुसरा राज्याभिषेकाचा समारंभ एक दिवसाचा तसेच वैभवाचे फारसे प्रदर्शन न करता पार पडला. याप्रसंगी निश्चलपुरीस मिळालेल्या दक्षिणेचा उल्लेख मिळत नाही. बहुधा ती गागाभट्टांच्या तुलनेने फारशी नसावी.

ऐतिहासिक साधनांचे आधार

पहिल्या राज्याभिषेकाची सविस्तर वर्णने मराठी बखरी करतात, तसेच इंग्रज, डच इत्यादी युरोपियन लोकांच्या पत्रव्यवहारांतही या राज्याभिषेकाची वर्णने अथवा वृत्तांत आढळतात, तसे दुसऱ्या राज्याभिषेकासंबंधी फारसे संदर्भ मिळत नाहीत. दुसरा राज्याभिषेक फारसा लोकप्रसिद्ध नाही, याचे मुख्य कारण हे आहे.

१९२५ साली भारत इतिहास संशोधक मंडळ, पुणे यांनी 'शिवचरित्रप्रदीप' हा शिवचरित्राचा साधन ग्रंथ प्रकाशित केला आहे. त्यामध्ये राजवाडे संग्रहातील जी 'शिवापूर दप्तरातील यादी' प्रसिद्ध

केली आहे, तिच्यात अश्विन शु॥ ५ शके १५९६ म्हणजे २४ सप्टेंबर, १६७४ रोजी शिवाजी महाराजांनी 'पुन्हा सिंहासनारोहण' केल्याचा उल्लेख आहे. पण हे सिंहासनारोहण ज्या सोहळ्यात झाले तो राज्याभिषेक सोहळा कोणाच्या पौरोहित्याखाली झाला व तो कसा झाला, याची काहीही माहिती मिळत नाही.

पुढे १९२९मध्ये भा.इ.सं.मंडळाच्या त्रैमासिकात 'शिवराज्याभिषेक कल्पतरू' नावाची पोथी प्रसिद्ध झाली. या पोथीत महाराजांच्या दुसऱ्या राज्याभिषेकाचे सविस्तर वर्णन दिलेले होते.आजमितीस ही पोथीच दुसऱ्या राज्याभिषेकाचा मुख्य आधार आहे. निश्चलपुरीने पहिल्या व दुसऱ्या राज्याभिषेकाविषयीचा वृत्तांत तिच्यात सांगितला आहे. ही पोथी निश्चलपुरीचा शिष्य गोविंद नारायण बर्वे याने रचली असून, तिची रचना निश्चलपुरी गोविंदाला दोन्ही राज्याभिषेकांविषयी माहिती सांगत आहे, ती अशी आहे-ही पोथी राज्याभिषेकानंतर सुमारे २५ वर्षांनी रचली असून तिचा कर्ता गोविंद बर्वेच आहे. हा गोविंद आपल्या गुरूने सांगितलेल्या वृत्तांताच्या आधारे पोथी सजवत असून त्याच्या लिखाणाचा एकूण झोक हा आख्यानासारखा आहे.

याशिवाय कालौघात आणखी एका व्यक्तीने या पोथीच्या समासात जादा मजकूर घातलेला आहे. म्हणजे हा प्रक्षिप्त (घुसडलेला) मजकूर आहे. त्यामुळे त्याचा विचार संशोधकाला बाजूला ठेवावा लागतो.

दुसऱ्या राज्याभिषेकाची गोविंद बर्व्याने सांगितलेली पार्श्वभूमी

६ जून, १६७४ रोजी झालेल्या राज्याभिषेक प्रसंगी निश्चलपुरी आपल्या ब्राह्मण जापक शिष्यांसह रायगडावर हजर होता. पण निश्चलपुरी व त्याचे शिष्य यांची वैदिक ब्राह्मणांकडून अव्हेरना केली गेली. तसेच निश्चलपुरी हा काही नमस्कराई योगी नाही, असे शिवाजी महाराजांना सांगितले गेले. निश्चलपुरी सांगतो -

गागाभट्टाने या राज्याभिषेक सोहळ्यात ग्रामदेवता, गृहदेवता, मंडपदेवता, स्थान देवता, स्तंभदेवता अशा अनेक देवतांचे पूजन केले नाही; रायरी पर्वतास बलिदान दिले नाही; देशस्वामी भार्गवाचे अर्चन करवून घेतले नाही; वेताळ, हनुमान यांची पूजा केली नाही, द्वारपाळला

बलिदान दिले नाही, एवढेच नव्हे तर सिंहासनारोहणाचा मुख्य कार्यक्रमही 'कुयोगे, कुमुहूर्तेच घातवासरे,' केला.

या चुकांमुळेच समारंभ चालू असता काही अपशकून झाले. गागाभट्टाच्या नाकावर एक लाकडाचा तुकडा पडला; युवराज संभाजीराजांच्या गळ्यातील कंठ्यातून दोन मोती गहाळ झाले; महाराज तलवारीची पूजा करत असता ती म्यानातून खाली पडली इत्यादी. एवढेच नव्हे; गागाभट्टाने राज्याभिषेकाची तयारी सुरू केल्यापासून महाराजांवर संकटे येतच राहिली. उदा. फेब्रु. १६७४ मध्ये सेनापती प्रतापराव गुजर धारातीर्थी पडले; मार्चमध्ये महाराजांची राणी काशीबाई मृत्यू पावली. तसेच राज्याभिषेकानंतर अवघ्या १२ दिवसांनी महाराजांना मातोश्री जिजाबाईंच्या निधनाचे दु:ख सहन करावे लागले.

या सर्व गोष्टी निश्चलपुरीने रायगडावर महाराजांच्या कानावर घातल्या आणि पुढील काही संकटांचेही भविष्यसूचन केले. ही संकटे निवारणार्थ आपण तांत्रिक राज्याभिषेक येत्या ललितापंचमीच्या मुहुर्तावर करू या; त्यास संमती द्यावी, अशी विनंती निश्चलपुरीने केली. महाराजांनी त्याची विनंती मान्य केल्यावर तो तीर्थाटनास निघून गेला. पुढे काही दिवसांनी रायगडावर येऊन त्याने आपल्या पद्धतीने (तांत्रिक) दुसरा राज्याभिषेक ललितापंचमीच्या दिवशी पार पाडला.

शिवाजी महाराजांनी तांत्रिक राज्याभिषेकास दिलेल्या संमतीची कारणमीमांसा

येथे एक गोष्ट लक्षात घेतली पाहिजे की, 'शिवराज्याभिषेक-कल्पतरू' ही पोथी निश्चलपुरीने नव्हे तर त्याच्या शिष्याने रचली आहे. आपल्या गुरूचे माहात्म्य दाखविण्यासाठी त्याने गागाभट्टाच्या राज्याभिषेकातील तथाकथित चुका प्रमाणापेक्षा जास्त गंभीर करून रंगविल्याची अधिक शक्यता आहे. प्रत्यक्ष शिवाजी महाराजांसमोर त्या मूर्ख गागाभट्टाने केलेला राज्याभिषेक 'कुयोगावर व कुमुहुर्तावर' केला आहे, असे सांगण्याचे धाडस निश्चलपुरीने दाखविले असेल असे वाटत नाही. पोथीत ज्या प्रकारची गागाभट्टाची निर्भर्त्सना निश्चलपुरीने केल्याचे सांगितले आहे, तशी ती महाराज ऐकून घेणेही शक्य नव्हते,

अशा प्रकारचे अनुमान इतिहाससंशोधक वा. सी. बेंद्रे यांनी केले आहे, ते ग्राह्य मानले पाहिजे.

बेंद्रे पुढे म्हणतात, ''मांत्रिक (वैदिक) विधीबरोबर तांत्रिक विधीही करण्यासाठी गागाचे दोष न दाखवता महाराजांचे मन वळवणे शक्य होते आणि निश्चलपुरीने तसेच केले असले पाहिजे. महाराजांनी ज्या उद्देशाने एवढा (राज्याभिषेकाचा) समारंभ केला तो फोल होता हे जाहीर करून त्यामागील लोकभावनांना धक्का लागेल, असे कोणतेही कृत्य करण्याचे त्यांनी (महाराजांनी) मनातसुद्धा आणले नसते. तसे केले असते तर राज्याभिषेकाचे स्वारस्यच नाहीसे झाले असते.''

प्रचंड खटाटोप करून व अमाप द्रव्य खर्चून रायगडावर स्वकीयांचेच नव्हे तर परकीयांचेही डोळे दिपवून टाकणारा राज्याभिषेक अयोग्य, कुचकामी ठरला आहे, हे निश्चलपुरीचे प्रतिपादन महाराजांनी मान्य करणेच शक्य नव्हते. कारण ते त्यांच्या मुत्सद्देगिरीत न बसणारे होते. मग काय घडले असावे?

राज्याभिषेकाच्या कालावधीत निश्चलपुरीचे वास्तव्य रायगडावरच होते. वैदिक परंपरेने केलेला गागाभट्टाचा राज्याभिषेक मुळातच त्याला मान्य नव्हता. याचे खरे कारण तो शाक्त परंपरेतील म्हणजे अवैदिक परंपरेतील एक योगी होता. गागाभट्टाने केलेल्या समारंभात कुठेच कुलदेवता, स्थानदेवता इत्यादी अवैदिक देवदेवतांचा संबंध आला नव्हता. या पार्श्वभूमीवर निश्चलपुरीने रायगडावरील राज्याभिषेक सोहळा समाप्त झाल्यावर शिवाजी महाराजांची भेट घेतली आणि या सोहळ्यात अवैदिक देवदेवतांच्या पूजनाकडे गागाभट्टाने अक्षम्य दुर्लक्ष केल्याचे निदर्शनास आणून,त्याबद्दल आपली नाराजी व्यक्त केली.

गागाभट्टाच्या सोहळ्यातील ही त्रुटी महाराजांनाही जाणवली असणार. कारण खुद्द रायगडाची अधिष्ठात्री शिर्काई, देशस्वामी भार्गव, कुलस्वामी शंभू महादेव, कुलस्वामिनी तुळजाभवानी यांसारख्या देवदेवतांचे पूजन गागाभट्टाने केलेले नाही; आणि जरी गागाभट्टाच्या वैदिक परंपरेत ही बाब बसत नसली, तरी ती महाराजांना खटकल्याशिवाय राहिली नसावी. तेव्हा ही त्रुटी भरून काढण्यासाठी त्यांनी निश्चलपुरीला तांत्रिक राज्याभिषेकासाठी संमती दिली असावी. राज्याभिषेक कालात अथवा तत्पूर्वी झालेल्या दुर्दैवी घटनांच्या अथवा तथाकथित अपशकुनांच्या

दबावाखाली (बर्वे म्हणतो त्याप्रमाणे) महाराजांनी ही संमती दिली असावी, हे खरे वाटत नाही.

शिवछत्रपतींच्या घराण्यातील अवैदिक परंपरा

अवैदिक देवदेवतांचे पूजन ही बाब शिवछत्रपतींना नवखी नव्हती. खुद्द भोसल्यांचे कुलदैवत शिखर शिंगणापूरचा शंभू महादेव व तुळजापूरची भवानीदेवी ही अवैदिक देवताच होत्या. गागाभट्टाच्या राज्याभिषेक समारंभाच्या अगोदर महाराजांनी चिपळूणला जाऊन देशस्वामी भार्गवचे व प्रतापगडावर जाऊन भवानीदेवीचे दर्शन घेतल्याच्या नोंदी आहेत. भवानीदेवीस सव्वा मण सोन्याची छत्री त्यांनी अर्पण केली होती.

भोसले घराण्यात (खरे म्हणजे त्या काळातील सर्वच मराठा घराण्यांत) अनेक अवैदिक परंपरा रूढ होत्या. त्याचा एक समकालीन पुरावा कवींद्र परमानंदाच्या शिवभारतामध्ये मिळतो. शिवनेरीवर शिवरायांचा जन्म झाल्यावर केलेल्या विधींची माहिती देताना परमानंद सांगतो -

"गणपती, जन्मदात्री षष्टी देवी (सटवाई), जीवंतिका (जिवती), कार्तिकस्वामी, नारायण (कृष्ण), मुरली (बासरी), नांगर, धनुष्यबाण, तलवार व नानाप्रकारची आयुधे यांची योग्य मंत्रांनी पूजा त्या पुरोहिताने पवित्र होऊन पाचव्या, सहाव्या, आठव्या व नवव्या दिवशी बाळंतघरात केली; या बाळाचे (शिवरायांचे) रक्षण करावे म्हणून नमस्कार केला; आणि क्षेत्रपाल, भुते, राक्षस, योगिनी, दिक्पाल यांना घराबाहेर अनेक प्रकारचे बली दिले." (शिवभारत, अध्याय ६, श्लोक ४८-५१)

उपरोक्त परिच्छेदातील देवदेवता व त्यांची आयुधे ही सर्व अवैदिक आहेत, हे काही वेगळे सांगावयास नको. सारांश, छत्रपती घराण्यात अवैदिक देवदेवतांच्या पूजनाच्या रूढी, सण वगैरे आचार पूर्वापार चालत होते. या पार्श्वभूमीवर निश्चलपुरीने पुढे आणलेला अवैदिक देवदेवतांना संतुष्ट करणारा तांत्रिक राज्याभिषेकाचा प्रस्ताव महाराजांनी लगेच स्वीकारला असेल, यात अस्वाभाविक असे काय आहे?

इतिहासकारांची भाष्ये

शिवचरित्रातील या वादग्रस्त घटनेविषयी अनेक इतिहासकारांनी आपापल्या परीने अन्वयार्थ काढण्याचा प्रयत्न केलेला दिसतो.

१. सर जदुनाथ सरकार आपल्या शिवचरित्रात या सर्वच प्रकरणांविषयी "A sordid tale of monkish greed and sectarain bitterness among the Brahmins." असा शेरा मारून निश्चलपुरीने महाराजांसमोर संकटांचा व अपशकुनांचा पाढा वाचला आणि त्यांना दुसऱ्या तांत्रिक राज्याभिषेक करण्यासाठी कसे हतबल बनवले, याची कथा विस्ताराने देतात. (Shivaji And His Times, pp. 211-214)

२. इतिहास संशोधक वा. सी. बेंद्रे यांनी 'श्री छत्रपति शिवाजी महाराज' या ग्रंथात निश्चलपुरीच्या तांत्रिक राज्याभिषेक समारंभाचे सविस्तर वर्णन करून हा राज्याभिषेक 'सिंहासनात व राजात शक्तिसामर्थ्य प्रतिष्ठित' करण्यापुरताच मर्यादित होता,' असे म्हटले आहे. तसेच गागाभट्टाचा मुख्य भर 'राज्य देवांचे व राजा विष्णूचा अंश इतकी श्रेष्ठ दर्जाची प्रतिष्ठा' करण्याकडे होता, असे म्हणून त्यांनी वैदिक राज्याभिषेकाला झुकते माप दिले आहे. (पृ. ७५६-७६०)

३. दुसरे एक शिवचरित्रकार विजय देशमुख यांनी या निश्चलपुरीच्या प्रकरणात शिवाजी महाराजांनी त्यांच्या अगतिकतेतून तांत्रिक राज्याभिषेकास संमती दिल्याचे म्हटले आहे. ते म्हणतात -

"जिजाऊसाहेबांच्या मृत्यूमुळे काहीशा हळव्या झालेल्या महाराजांवर मन:स्थितीचा फायदा घेऊन आपले मत महाराजांवर लादण्यात निश्चलपुरी यशस्वी झाला. अपशकुनांच्या जाणिवेमुळे सर्व जण गोंधळून गेले होतेच. या सर्वांच्या समाधानासाठी काहीशा अगतिकतेतून हा तांत्रिक राज्याभिषेक घडून आला. काहीही असले तरी, उज्ज्वल भविष्याकडे झेप घेणाऱ्या द्रष्ट्या पुरुषावरही त्याच्या सभोवती वावरणाऱ्या सामान्यजनांकडूनच कशी मर्यादा पडते व प्रगतीचा कसा गतिविरोध होत जातो, याचे हा तांत्रिक अभिषेक हे उत्तम उदाहरण आहे!"

४. डॉ. सदाशिव शिवदे यांनी तर आपल्या 'मराठ्यांच्या इतिहासाची संस्कृत साधने' या ग्रंथात 'शिवराज्याभिषेक-कल्पतरू' या पोथीची चिकित्सा करताना शिवाजी महाराजांना 'अंधश्रद्धेचे बळी' ठरविले

आहे. ते म्हणतात -

"राजमातेचे निधन ही गोष्ट मातृभक्त महाराजांच्या मनावर प्रचंड आघात करणारी होती. त्यामुळे निश्चलपुरीसारख्या तांत्रिकाचे म्हणणे त्यांना ऐकावे लागले. दूरदृष्टी व द्रष्टेपण लाभलेल्या महाराजांना अंधश्रद्धेला बळी पडावे लागले."

उपरोक्त इतिहासकारामध्ये एक बेंद्रे सोडल्यास इतरांनी निश्चलपुरीच्या दबावतंत्राखाली शिवाजी महाराज नमले व त्यांनी तांत्रिक राज्याभिषेकाला संमती दिली, असा निष्कर्ष काढला आहे. याचे प्रमुख कारण म्हणजे गोविंद बर्व्यांचे आख्यानवजा अतिशयोक्तीपूर्ण लिखाण. त्यांनी ते पूर्णपणे सत्य म्हणून स्वीकारले आहे. गोविंदाला आपल्या गुरूची श्रेष्ठता सिद्ध करायची असल्याने त्याने निश्चलपुरीच्या तोंडी गागाभट्टाची निर्भर्त्सना घातली आहे; आणि काकतालीय न्यायाने घडलेल्या घटनांचा पराचा कावळा केलेला आहे. या सर्व बाबी शिवछत्रपतींच्या व्यक्तिमत्त्वाच्या कसोटीवर पारखून घेतल्या, तर त्यांच्यावर केले जाणारे अगतिकतेचे व अंधश्रद्धेचे आरोप अस्थायी आहेत, असे दिसून येतील.

दुसरी गोष्ट अशी, की उपरोक्त इतिहासकारांनी छत्रपती घराण्यातील पूर्वापार चालत आलेल्या अवैदिक परंपरांची दखल घेतलेली नाही. आजसुद्धा मराठा घराण्यात खंडोबाचे जागरण, तुळजाभवानीचा गोंधळ, सातीआसरांची परडी, नवरात्रातील देवतांचे उत्सव यांसारख्या अवैदिक परंपरा चालू आहेत. या पार्श्वभूमीवर महाराजांच्या तांत्रिक राज्याभिषेकाकडे पाहावयास हवे.

शेवटी शिवाजी महाराज हे एक अत्यंत चतुर मुत्सद्दी होते, हे लक्षात घेतले पाहिजे. आपल्या समाजातील सर्व संत-महंत, मांत्रिक-तांत्रिक, पंडित-आचार्य अशा सर्वांचा पाठिंबा त्यांना राज्याभिषेकासाठी हवा होता. त्या सर्वांना त्यांना समाधानी राखावयाचे होते. राज्याभिषेकाच्या संदर्भात कुठेही त्यांना शंका-कुशंकेस जागा ठेवावयाची नव्हती. स्वराज्यातील प्रत्येकाच्या मनात हा आपला राजा विधिवत सिंहासनाधिष्ठित राजा झाला आहे, अशी भावना निर्माण झाली पाहिजे व ती स्थिरावली पाहिजे, असा त्यांचा प्रयत्न होता. आणि त्यात ते या दुसऱ्या राज्याभिषेकामुळे कमालीचे यशस्वी झाल्याचे इतिहास सांगतो. महाराजांच्या या मुत्सद्देगिरीस 'Social Engineering' असे आजच्या काळात म्हटले जाते!

❖

१०

शिवछत्रपती : प्रतिस्पर्ध्यांवर सतत मात करणारा एक मुत्सद्दी!

भारताच्याच नव्हे तर जगाच्या इतिहासात प्राचीन काळापासून राजाकडे राज्याचा प्रशासन प्रमुखच आणि सेनानायक म्हणून पाहिले जात असे. 'आदर्श राजा' या दोन्ही क्षेत्रांत प्रवीण असे. त्याचे हे प्रावीण्य त्याच्या राजनीतीमधील कामगिरीवर अवलंबून असे. राजनीतीचे अंतर्गत व परराष्ट्रीय असे दोन भाग असतात. सामान्यतः परराष्ट्र राजनीतीस 'मुत्सद्देगिरी' म्हटले जाते.

सामान्य शिवप्रेमींना शिवचरित्रातील लढाया व पराक्रम अधिक भावतात. आजच्या कालाप्रमाणे शिवकालातही ते गौरवास्पद मानले गेले. त्या मानाने शिवछत्रपतींची मुत्सद्देगिरीच्या क्षेत्रातील कामगिरी काहीशी उपेक्षितच राहिली गेली. रणांगणावरील पराक्रम चित्ताकर्षक असतो खरा; पण अनेकदा रणांगणावरील हजारो सैनिकांच्या बलिदानाने जे साध्य होत नाही, ते मुत्सद्देगिरीच्या टेबलावर हस्तगत होते. शिवछत्रपती असे एक राज्यकर्ते होऊन गेले ज्यांना लढायांत काही प्रसंगी माघार घ्यावी लागली असेल, पण राजनीतीत मात्र ते सतत प्रतिस्पर्ध्यावर मात करीत राहिले.

मुत्सद्देगिरीची पहिली झलक

शिवछत्रपतींच्या स्वराज्याची स्थापना त्यांच्या पुणे जहागिरीत मावळ प्रांतात सुरू झाली. त्यांचा स्वराज्याचा हा उद्योग चालू असतानाच तिकडे कर्नाटकात आदिलशहाच्या हुकमाने मुधोळच्या बाजी घोरपड्याने शहाजीराजांना विश्वासघाताने कैद केले. कुतुबशहाशी संधान साधल्याचा त्यांच्यावर आरोप ठेवला गेला. आदिलशाही हुकमानेच त्यांना बेड्या घालून अफझलखानाने विजापूरला आणले.

लगेच शहाजीराजांच्या बंगळूर व पुणे या जहागिऱ्या जप्त करण्यासाठी आदिलशाही फौजा धावल्या. तथापि, राजांच्या संभाजीराजे व शिवाजीराजे या दोन्ही पुत्रांनी या फौजांचा सपाटून पराभव करून त्या परतवून लावल्या. पण राजांची सुटका करण्यास हा पराक्रम पुरेसा नाही, हे लक्षात येताच शिवाजीराजांनी दक्षिणेतील मोगल सुभेदार शहाजादा मुरादबक्ष याच्याशी राजनैतिक संधान बांधले. परिणामी मुरादबक्षाने आदिलशहावर दडपण आणताच राजांची सन्मानाने सुटका केली गेली. ही घटना स. १६४८ मधली आहे. त्यावेळी शिवछत्रपतींचे वय अवघे १८ वर्षांचे होते! त्यांच्या मुत्सद्देगिरीची ही पहिली झलक होती!

अफझलखानावर मात

पुढे शिवछत्रपतींनी शेजारची जावळी जहागीर हस्तगत केली. आदिलशहाच्या दृष्टीने महाराजांचे असले 'गुन्हे' वाढतच गेले होते. तेव्हा त्यांना शिक्षा करण्यासाठी आदिलशाही दरबारातून अफझलखानाची नेमणूक झाली. त्यावेळी राजगड ही महाराजांची राजधानी होती. पण ती सोडून ते जावळीच्या बिकट प्रदेशातील प्रतापगडावर आले. तेव्हा खानासही आपला मोहरा तिकडे वळवावा लागला. खानाने पुढे होऊन वाईवर मुक्काम केला आणि मुत्सद्देगिरीचे गोड बोलणे लावून महाराजांना वाईच्या छावणीत आणण्याचा यत्न चालविला.

पण महाराजांनी खानावरच बाजू उलटविली. त्याच्याशी सवाई गोड बोलून त्याच्या ठिकाणी अनाठायी विश्वास त्यांनी निर्माण केला. खानाला वाई सोडून जावळीच्या प्रदेशात 'पार' मुक्कामी यावे लागले.

'पार'च्या छावणीत तरी महाराज येतील, असे त्याला वाटत होते. पण महाराजांनी त्यास नकार देऊन त्याला फक्त आपल्या १० शरीररक्षकांसह प्रतापगडाच्या पायथ्याशी यायला भाग पाडले. पुढे काय झाले, हा इतिहास सर्वज्ञातच आहे. खानाशी प्रत्यक्ष भिडून महाराजांनी त्यास ठार केले आणि त्याच्या फौजेवर प्रचंड विजय मिळविला.

हा सर्व महाराजांच्या रणनीतीचा अद्भुत पराक्रम आहे, यात शंका नाही. पण या पराक्रमास त्यांच्या अंगच्या मुत्सद्देगिरीची अप्रतिम जोड मिळाली होती, हे ध्यानात घेतले पाहिजे.

शाहिस्तेखानास शास्त

यानंतर स्वराज्यावर विजापूरकडून सिद्दी जोहरची स्वारी तर दिल्ली दरबारकडून शाहिस्तेखानाची स्वारी अशी एकामागून एक संकटे येत गेली. सिद्दी जोहरच्या पन्हाळ्याच्या वेढ्यातून महाराज कसे निसटले आणि तीन वर्षे पुण्यात मुक्काम ठोकून राहिलेल्या शाहिस्तेखानास कसे पळवून लावले, हा विलक्षण इतिहास आहे खरा, पण त्यामागील महाराजांचे मुत्सद्देगिरीचे डावपेच आवश्यक तेवढ्या प्रकाशात आलेले नाहीत.

शाहिस्तेखान एक लाख सैन्यानिशी मोहीम चालवत होता. पुण्यात खुद्द त्याच्या निवासस्थानाभोवती कडेकोट बंदोबस्त होता. खानाचा एक प्रमुख सहकारी रजपूत राजा जसवंतसिंग आपल्या १० हजार घोडदळानिशी सिंहगड-पुणे मार्गावर छावणी करून होता. त्याची फौज भेदून पुण्यावर जाणे केवळ अशक्यप्राय गोष्ट होती. पण महाराजांनी जसवंतसिंगाशीच राजकारण साधले होते! कसे ते इतिहासाला ज्ञात नाही; पण खानावरच्या छाप्यानंतर दुसरे दिवशी सकाळी जसवंतसिंग त्याच्या सांत्वनासाठी आला, तेव्हा त्याला पाहताच खान संतापून उसळला, "काय जसवंतसिंग, मला वाटले की गनिमाने माझ्यावर हल्ला केला तेव्हा तुम्ही त्यापूर्वीच त्यांच्याशी लढताना मारले गेले असाल! तुम्ही जिवंत कसे?"

पुरंदरचा तह : अपयशातील यश

शाहिस्तेखान फजित पावून दक्षिणेतून निघून गेला. पण मोगलांशी युद्ध थांबले नव्हते. औरंगजेब बादशहाने आपल्या दरबारातील सर्वांत पराक्रमी व मुत्सद्दी सेनानी मिर्झा राजा जयसिंग यास मराठी राज्याचा नि:पात करण्यास धाडले. आतापर्यंत स्वराज्यावर कोसळलेल्या संकटात हे सर्वांत मोठे संकट होते. जयसिंगास पराभव असा माहीत नव्हता. मुत्सद्देगिरीत त्याचा कोणी हात धरू शकत नव्हते. त्याच्या रणनीतीने स्वराज्याची खेडी व परगणे बेचिराख होऊ लागले. महाराजांचा प्रतिकार निष्प्रभ ठरू लागला होता.

तेव्हा प्राप्त परिस्थितीसमोर नमते घेऊन महाराजांनी संकटातून निभावून जाण्याचा मार्ग स्वीकारला. तथापि, जयसिंग मुळात वाटाघाटीस तयारच नव्हता. पण महाराजांनी जेव्हा त्याच्यासमोर आदिलशाहीशी हातमिळवणीचा धोका उत्पन्न केला तेव्हा तो कबूल झाला. पण तेही बिनशर्त शरणागतीच्या अटीवर! महाराजांनी तीही अट स्वीकारली; कारण त्यांना जयसिंगास वाटाघाटीच्या रिंगणात खेचायचे होते.

पण भेटीत जेव्हा प्रत्यक्ष कराराची बोलणी सुरू झाली तेव्हा जयसिंगाने महाराजांकडे त्यांच्या सर्वच किल्ल्यांची मागणी केली. म्हणजे सर्व राज्यच मागितले! आपल्या मागणीवर जयसिंग ठाम होता. तो माघार घेणार नाही, हे स्पष्ट दिसत होते. वाटाघाटी मोडल्या तर पुरंदरावर आश्रय घेतलेल्या शेकडो स्त्री-पुरुषांच्या अब्रूचा व जीविताचा

प्रश्न महाराजांच्या समोर उभा राहत होता. अशा अत्यंत बिकट परिस्थितीत महाराजांना मोगलांकडे २३ किल्ले व त्या खालचा चार लाखांचा मुलूख द्यावा लागला. पण त्याच बरोबर आपल्याकडे १२ किल्ले व एक लाखाचा मुलूख ठेवून घेण्यात त्यांनी यश संपादन केले.

पुरंदरचा तह हे महाराजांच्या जीवनामधील सर्वांत मोठे राजकीय अपयश होते हे खरेच! पण या अपयशातही त्यांनी आपल्या मुत्सद्देगिरीने स्वराज्याचे अस्तित्व टिकविण्याचे असामान्य यश मिळवलेले होते. हे यश किती मोलाचे होते, हे पुढच्या इतिहासाने दाखवून दिले आहे.

औरंगजेबाचे प्रयत्न निष्फळ

पुरंदरच्या तहातून आग्राभेट उद्भवली आणि त्यातून बादशाही कैदेचे भयावह संकट महाराजांवर कोसळले. सर्वत्र निराशेचा भयाण अंधकार. आशेचा किरणही नाही. जयसिंगपुत्र रामसिंग सोडल्यास दरबारात कोणी मित्र नाही. वजीर जाफरखानाची बायको शाहिस्तेखानाची बहीण. भावावरच्या हल्ल्याने मनातून सुडाने पेटून उठली होती. जहानआरा बेगम ही बादशहाची बहीण. सुरतेचे वार्षिक लाखो रुपयांचे उत्पन्न तिला मिळत असे. तिची ही सुरत महाराजांनी जाळूनलुटून फस्त केलेली. शिवाजीला आता सोडू नका, असा तिचा आपल्या भावाजवळ सुडाचा आग्रह! खुद्द बादशहा म्हणजे कृतघ्नतेचा व क्रौर्याचा मूर्तिमंत पुतळा. त्याने आपल्या सख्ख्या भावांना व बापालाही माफ केले नव्हते. त्याच्या मगरमिठीतून निसटणे सामान्य गोष्ट नव्हती.

पण महाराज बादशहाच्या हातावर तुरी देऊन निसटले. अंगच्या साहस, कल्पकता व हुशारी या गुणांच्या जोरावर यशस्वी झाले. पण कैदेत पडल्यापासून ते निसटून जाण्यापर्यंतच्या कालावधीमधील औरंगजेबाचे त्यांना ठार करण्याचे सर्व प्रयत्न त्यांनी मुत्सद्देगिरीच्या जोरावर विफल केले होते, हे लक्षात घेतले पाहिजे. एकदा तर महाराजांना अफगाणिस्तानच्या मोहिमेवर पाठवून तेथे दग्याने ठार करण्याचा डाव त्याने रचला होता. पण जयसिंगाने दिलेल्या आश्वासनांचा बादशहा भंग करतो आहे, असा मोठा हंगामा करून महाराजांनी त्यास दक्षिणेत असलेल्या जयसिंगाकडे, "शिवाजीस नेमकी कोणती आश्वासने दिली आहेत," याची विचारणा

करावयास लावले! आपल्या कैदेत असणारा शिवाजी आता जातो आहे कोठे, अशा घमेंडीत असणारा बादशहा जयसिंगाच्या पत्राची वाट पाहत बसला आणि बरोबर येथेच चकला गेला! तेवढ्या अवधीत महाराजांनी सुटकेची योजना आखून ती पार पाडली! महाराजांच्या मुत्सद्देगिरीने बादशहास आयुष्याच्या अखेरीपर्यंत पश्चात्ताप करावयास लावले!

कर्नाटक मोहिमेतील डावपेच

राज्याभिषेकानंतर कर्नाटकातील प्रदेश जिंकण्यासाठी गेलेल्या दिग्विजयी मोहिमेत शिवछत्रपतींच्या मुत्सद्देगिरीचे सर्वांत प्रभावी दर्शन घडते. आदिलशाही दरबारातील दक्षिणी मुसलमान व पठाण यांच्यातील यादवीचा व आदिलशहाचे मोगलांशी चालू असलेल्या युद्धाचा अचूक फायदा उठवीत महाराजांनी या मोहिमेची आखणी केली होती. त्यासाठी व्यंकोजीराजांवर रुसून त्यांच्याकडे आलेल्या रघुनाथपंत हणमंते या मुत्सद्याचा कर्नाटकातील राजकीय ज्ञानाचा व अनुभवाचा त्यांनी मोठा उपयोग करून घेतला.

मोहिमेवर निघण्यापूर्वी महाराष्ट्रातील स्वराज्य मोगली हल्ल्यापासून सुरक्षित राहावे म्हणून दक्षिणेचा मोगल सुभेदार बहादूरखान यास अंतस्थ द्रव्य पाठवून महाराजांनी त्याच्याशी मैत्रीचा गुप्त करार केला. तिकडे गोवळकोंड्याच्या कुतुबशहाला कर्नाटकी प्रदेश जिंकण्याच्या आपल्या मोहिमेस मदत करावयास त्यांनी राजी केले. पुढे मोहिमेवर निघाल्यावर त्यांनी शहाची भेट घेऊन एक मैत्रीचा करारही केला. त्यान्वये महाराजांच्या फौजेचा दैनंदिन खर्च व किल्ले जिंकण्यासाठीचा तोफखाना तो देणार होता. त्याच्या मोबदल्यात महाराजांनी कर्नाटकातील शहाजीराजांच्या जहागिरीचा प्रदेश सोडून जिंकलेले किल्ले व प्रदेश कुतुबशहास द्यायचे होते.

प्रत्यक्षात काय घडले? जेव्हा महाराजांनी कर्नाटकातील जिंजी हा सर्वांत महत्त्वाचा किल्ला आदिलशाही अंमलदाराकडून काबीज केला, त्यावेळी तो कुतुबशहाच्या ताब्यात न देता आपल्याकडेच ठेवून त्यास कर्नाटकातील मराठी राज्याची राजधानी बनविला. शहाशी केलेला

करार त्यांनी वाऱ्यावर सोडून दिला! ज्याच्या अंगी स्वतंत्र पराक्रम करून प्रदेश जिंकण्याची हिंमत नव्हती, त्यास घरबसल्या जिंजीसारखा अत्यंत महत्त्वाचा किल्ला द्यावयास महाराज तयार नव्हते; आणि हे मुत्सद्देगिरीच्या व्यवहारनीतीत बसणारेच होते. राज्य कोणी कोणाला जिंकून देत नसते, ते स्व-पराक्रमावर पैदा करायचे असते, हे राजनीतीमधील साधे प्राथमिक तत्त्व शहास माहीत नव्हते, त्यास महाराज काय करणार?

शिवछत्रपतींच्या मुत्सद्देगिरीचे फलित

सत्कृतदर्शनी अशा प्रकारचा मैत्रीचा करार मोडणे हे गैरकृत्य वाटते. पण स्वराज्याच्या उदात्त ध्येयाच्या मार्गात अशा नैतिक गोष्टींचा महाराजांनी कधी अडसर होऊ दिला नाही. एखाद्याच्या शयनगृहात शिरणे, हे केव्हाही गैरच होय. पण शाहिस्तेखानाच्या जनानखान्यात शिरताना त्यांनी ही नैतिक अडचण अडसर मानली नाही. महाराज कोणी साधू पुरुष नव्हते. ते एक अव्वल दर्जाचे राजनैतिक मुत्सद्दी होते. नैतिक मूल्यांची चाड नसणाऱ्या शत्रूंच्या गराड्यात त्यांना आपल्या ध्येयाची सिद्धी करावयाची होती. त्यासाठी प्रसंगी वक्रमार्गाचा अवलंबही त्यांना त्याज्य नव्हता.

महाराजांनी कुतुबशहाच्या कराराला स्मरून जिंजी किल्ला त्याच्या हाती दिला असता, तर काय झाले असते? उत्तर सरळ आहे. त्यांना कर्नाटकात राज्यच स्थापन करता आले नसते अगर स्थापन केले असते, तर ते फार काळ टिकले नसते. जिंजी कुतुबशहाच्या ताब्यात राहिली असती तर कुतुबशाही औरंगजेबाने बुडविली तेव्हा ती त्याच्या ताब्यात गेली असती आणि लागलीच तंजावरचा मराठी राज्याचा बळी जाऊन मोगली साम्राज्य रामेश्वरापर्यंत सुखनैव पसरले असते.

आणखी काय झाले असते? संभाजी महाराजांच्या हत्येनंतर राजाराम महाराजांना आपला जीव वाचविण्यासाठी कर्नाटकात जिंजी किल्ल्यात आश्रय घेता आला नसता. शिवछत्रपतींनी कर्नाटकात जिंजी राजधानी करून मराठी राज्य स्थापन केले होते म्हणून पुढे तेथे जाऊन राजाराम महाराजांना ७-८ वर्षे मोगलांशी संघर्ष करता आला. शिवछत्रपतींच्या

दूरदृष्टीमुळे,त्यांच्या कुशल मुत्सद्देगिरीमुळे मराठी सत्ता संकट काळी जिवंत राहू शकली. नाहीतर संभाजी महाराजांबरोबरच महाराष्ट्रातील हिंदवी स्वराज्याचा ग्रंथ आटोपला असता. औरंगजेब बादशहाशी पुढे मराठे २६ वर्षे लढले ते शिवछत्रपतींच्या मुत्सद्देगिरीच्या या वारशाच्या बळावरच!

❖

११

भवानी तलवारीच्या निमित्ताने...*

शिवछत्रपती हे महाराष्ट्राचे आराध्य दैवत आहे. त्यांचे चरित्र, त्यांच्या पराक्रमाच्या कथा ह्या मराठी आबालवृद्धांस परिचित असतात. आपल्या लहानपणापासून आपल्या कानावर शिवाजी महाराजांची भवानी तलवार, अफजलखानाला ठार करणारी त्यांची वाघनखे, त्यांची चपळ कृष्णा घोडी अशा अनेक गोष्टी कानावर आलेल्या असतात. कथा-कादंबऱ्यांत त्या वाचलेल्या असतात. अशा गोष्टींबद्दल मराठी माणसांच्या मनात कमालीचे औत्सुक्य असते. भवानी तलवार त्यास अपवाद नाही. ज्या भवानी तलवारीने शिवाजी महाराजांनी एवढे मोठमोठे पराक्रम केले ती तलवार आपणास पाहावयास मिळाली तर काय बहार येईल, असे तुम्हा-आम्हा सर्व इतिहासप्रेमींना वाटत असते.

स्वाभाविकच शिवाजी महाराजांच्या या भवानी तलवारीविषयी गेल्या शे-दीडशे वर्षांत अनेकांनी लिहिले आहे. ग्रँट डफ-जेम्स डग्लस या इंग्रज अधिकाऱ्यांपासून बाबासाहेब पुरंदरे-सेतुमाधवराव पगडी या

* श्री. इंद्रजित सावंत लिखित 'शोध भवानी तलवारीचा' या पुस्तकास लिहिलेल्या प्रस्तावनेतून...

मराठी अभ्यासकांपर्यंत अनेकांनी भवानी तलवारीवर लेखन केलेले आहे. महाराष्ट्राचे एकेकाळचे मुख्यमंत्री बॅ. अंतुलेसाहेब हे मोठे शिवप्रेमी. त्यांनी भवानी तलवार इंग्लंडमधून भारतात आणण्याची जाहीर प्रतिज्ञा करून त्या काळात महाराष्ट्रातच नव्हे तर देशभर खळबळ माजवून दिली होती ! एवढेच नव्हे तर तत्कालीन प्रधानमंत्री स्व. इंदिरा गांधींनाही या तलवारीची दखल घ्यावी लागली होती आणि ती भारतात आणण्यासंबंधीच्या सूचना त्यांनी आपल्या परराष्ट्र खात्यासही दिल्या होत्या.

अशा भवानी तलवारीचा मागोवा घेऊन तिचा ठावठिकाणा शोधून काढावा, असे आमचे एक तरुण मित्र इंद्रजित सावंत यांना वाटले. त्यांना या तलवारीबद्दल जे औत्सुक्य आहे, त्या पोटीच त्यांनी हे पुस्तक तयार केले आहे. यामध्ये त्यांनी शिवाजी महाराजांच्या तलवारीचे, विशेषतः भवानी तलवारीचे, ऐतिहासिक साधनांत जेथे जेथे म्हणून उल्लेख आलेले आहेत त्यांचे संदर्भ दिलेले आहेत. त्यांमध्ये ग्रँट डफ, जेम्स डग्लस यांच्या ग्रंथांतील संदर्भही आलेले आहेत.

महाराजांच्या तलवारीस 'भवानी तलवार' असेच का म्हटले गेले, याचाही शोध घेण्यासारखा आहे. महाराजांचा पहिला मोठा पराक्रम म्हणजे त्यांनी इ.स. १६५९ साली केलेला अफजलखानाचा वध. महाराजांनी खानास आमनेसामनेच्या बाहुयुद्धात ठार मारले. हा मोठा अद्‌भुत असा पराक्रम होता. या कृत्याचा सर्व दक्षिणेत मोठा बोलबाला झाला. त्याचबरोबर महाराजांच्या ठिकाणी दैवी सामर्थ्य आहे, त्यांना त्यांची कुलस्वामिनी तुळजाभवानी प्रसन्न आहे, अशीही लोकसमजूत निर्माण झाली. या लोकभावनांची साक्ष कवींद्र परमानंदाच्या 'शिवभारत' या महाकाव्यात मिळते. परमानंद हा प्रथम शहाजीराजे व नंतर शिवाजी महाराज यांच्या पदरी असलेला एक पंडित. त्याने महाराजांच्या आज्ञेनेच हे काव्य रचले आहे. त्यात त्याने महाराजांना तुळजाभवानीने दिलेल्या दृष्टांताचे वर्णन केलेले आहे. तो म्हणतो-

"देवी म्हणाली-

जो हा अफजलखान नावाचा यवनश्रेष्ठ जवळ येत आहे तो, हे वत्सा, कपटी असून तुझ्याशी युद्ध करू पाहात आहे...

हे दैत्यशस्त्रो (शिवाजी), सध्या सुद्धा तुळजापूर सोडून मी तुझ्या

साह्यार्थ स्वत: जवळ आले आहे, असे समज...

तुझ्या हाताने त्याचा मृत्यू व्हावा, अशी ब्रह्मदेवाने योजना केली आहे. म्हणून हे राजा, मी तुझी तलवार होऊन राहिली आहे.''[१]

'शिवभारत' हा ग्रंथ सन १६६१ ते १६७० च्या दरम्यान केव्हा तरी लिहिला गेला आहे. परमानंदाने त्यातील भवानी देवीच्या दर्शनाचे केलेले वर्णन हे तत्कालीन जनमानसाचे निदर्शक होते, यात शंका नाही.

यानंतर भवानी महाराजांना प्रसन्न झाल्याची कथा सभासद बखरकारानेही दिली आहे. चित्रगुप्त बखरीत महाराजांनी अफजलखानाच्या वधाच्या वेळी वापरलेल्या तलवारीचे नावच 'तुळजा फिरंग' म्हणून दिले आहे. आणखी एक बखरकार मल्हार राजाराम चिटणीस याने म्हटले आहे की, गोवलेकर सावंताकडून महाराजांनी ३०० होनांच्या मोबदल्यात एक नामांकित तलवार घेतली आणि तिचे नाव त्यांनी 'भवानी' असे ठेवले.'शिवदिग्विजय' बखरीत हीच कथा थोड्या विस्ताराने सांगून महाराजांनी तिचे नाव 'तुळजा भवानी' ठेवल्याचे म्हटले आहे.

एकूण या सर्व बखरकारांचा आणि परमानंदांचासुद्धा सांगण्याचा भावार्थ असा की, महाराजांना भवानी माता प्रसन्न झाली होती; तीच त्यांच्या तलवारीमध्ये वास करीत होती; म्हणून तिचे नाव महाराजांनी 'भवानी' असे ठेवले होते.

इंद्रजित सावंत यांनी या सर्व संदर्भांची विस्ताराने चर्चा केली आहे. तसेच बखरींशिवाय अन्य मराठी साधनांमध्ये या भवानी तलवारीचे उल्लेख कुठे कुठे येतात, याचाही शोध घेतला आहे. एवढेच नव्हे तर महाराजांची जी काही चित्रे व पाषाणशिल्पे उपलब्ध आहेत, त्यांतील तलवारींचाही त्यांनी शोध घेऊन त्यांच्या स्वरूपाची चर्चा केली आहे. त्यावरून महाराज कोणत्या प्रकारच्या तलवारी वापरत होते, याची थोडीबहुत कल्पना आपणास येते. सावंत येथेच थांबले नाहीत; तर महाराजांच्या निधनानंतर त्यांच्या तलवारी त्यांच्या वारसांकडे कशा गेल्या असतील, याचाही त्यांनी अंदाज बांधला आहे.

---

१. कवींद्र परमानंदकृत शिवभारत, दुसरी आवृत्ती, १९९८, पुणे. अध्याय २०, श्लोक १२,२०,२२

या पुस्तकाचा सर्वांत महत्त्वाचा भाग आहे तो म्हणजे सध्या महाराजांची भवानी तलवार कोठे आहे, या प्रश्नाचा लेखकाने केलेला पाठपुरावा.

शिवाजी महाराजांच्या वैयक्तिक वापरात एकच तलवार असेल असे नाही. अनेक तलवारी असणार आणि त्या सन १६८९ सालापर्यंत म्हणजे रायगड मोगलांनी जिंकून घेईपर्यंत तरी जतन करून ठेवल्या असणार. तथापि, रायगड शत्रूच्या हाती पडल्यावर तेथील खजिन्याची व इतर वास्तूंची जी लूट झाली, त्यामध्ये या तलवारीही गेल्या असाव्यात.

तथापि, एक तर्क संभवतो. तो असा की रायगडास जेव्हा शत्रूचा वेढा बसला, तेव्हा राजाराम महाराज आपल्या काही सोबत्यांनिशी वेढ्यातून निसटून बाहेर पडले. त्यावेळी गडावरील काही जडजवाहीर व मौल्यवान वस्तू गडाबाहेर आणण्यात मराठ्यांना यश आले होते, असे यादव दप्तरातील काही अस्सल कागदपत्रांत नमूद केलेले आहे.[२] त्या मौल्यवान वस्तूंमध्ये शिवाजी महाराजांच्या काही तलवारी असण्याची शक्यता आहे. सावंतांनी व्यक्त केलेली अशा प्रकारची शक्यता अगदीच दुर्लक्ष करण्यासारखी नाही.

राजाराम महाराजांच्या सोबत असणाऱ्या शिवाजी महाराजांच्या तलवारींपैकी एक तलवार सिंधुदुर्ग किल्ल्यातील शिवरायांच्या मंदिरात असल्याचे सांगण्यात येते. तिची कथा अशी आहे-

"शिवाजी महाराजांच्या निधनानंतर त्यांचे समाधीसारखे एक स्मारक सिंधुदुर्ग किल्ल्यात उभे केले गेले. त्या स्मारकाचा जीर्णोद्धार राजाराम महाराजांनी करून तेथे त्यांनी शिवरायांची पाषाणमूर्ती प्रतिष्ठापित केली. तसेच त्या मूर्तीसमोर शिवाजी महाराजांची एक तलवार पूजेसाठी ठेवली. आजही ती तलवार तेथे असून तिची पूजा केली जाते."

'मराठा मूठ' असलेली ही तलवार शिवाजी महाराजांचीच आहे, असे इंद्रजित सावंत यांचे मत आहे. त्यासाठी त्यांनी ग्रँट डफच्या मराठा इतिहासावरील ग्रंथातील एक उतारा उद्धृत केला असून त्यात डफने या तलवारीचे वर्णन 'The Real Sword of Sivajee' असे केले आहे.

---

२. ताराबाईकालीन कागदपत्रे: खंड-१, पृ. १८०,१९५-१९६

अर्थात डफने त्यासाठी काही आधार दिलेला नाही, तसा कागदोपत्री आधार मिळाल्यास या तलवारीसंबंधी निश्चित असे विधान करता येईल.

आता शिवाजी महाराजांची म्हणून जी भवानी तलवार सांगितली जाते अथवा समजली जाते, ती आहे इंग्लंडच्या राणीच्या बकिंगहॅम पॅलेसमधील तिच्या 'Royal Collection' मध्ये, तिच्यावर सावंतांनी विस्तारपूर्वक चर्चा, चिकित्सा केली आहे. ही तलवार इंग्लंडमध्ये कशी गेली, याचा इतिहास मोठा रंजक आहे.

सन १८७५ साली इंग्लंडचे युवराज, प्रिन्स ऑफ वेल्स, भारताच्या भेटीवर आले असताना मुंबईच्या मुक्कामी त्यांची भेट कोल्हापूरचे छत्रपती चौथे शिवाजी महाराज यांनी घेतली. छत्रपती अल्पवयीन असल्याने या भेटीचे सर्व आयोजन कोल्हापूरचे दिवाण महादेवराव बर्वे व पोलिटिकल एजंट स्नायडर यांनी केलेले होते. राजप्रमुख जेव्हा एकमेकांना भेटतात, तेव्हा ते आपल्या वतीने परस्परांस मौल्यवान वस्तू भेट म्हणून देतात, आजही ही राजनैतिक क्षेत्रातील ही रीत चालू असल्याचे दिसून येते. या रीतिरिवाजानुसार कोल्हापूरच्या छत्रपतींनी या भेटीच्या वेळी इतर मौल्यवान वस्तूंबरोबर 'एक रत्नजडित अशी प्राचीन तलवार' प्रिन्स ऑफ वेल्स यांना भेट दिली. पुढे ही तलवार इतर भेटवस्तूंबरोबर प्रिन्स ऑफ वेल्सबरोबर इंग्लंडात गेली आणि तिच्या अतिमौल्यवानपणामुळे ती राजघराण्यातील मौल्यवान वस्तुसंग्रहालयात सामील झाली.

उपरोक्त तलवार ही आद्य शिवाजी महाराजांचीच तलवार आहे, असे सिद्ध करणारे पुरावे पुढीलप्रमाणे आहेत-

या तलवारीची तेथील कॅटलॉगमध्ये असणारी नोंद काय म्हणते पाहा :

"Sabre: Mahratta: Straight, one-edged old European blade with two grooves on cach side, in one of which I.H.S. is stamped three times, the raised steel supports at the hilt are damascened with gold in floral designs; the guarded hilt is of iron with a broad Knuckle guard and a circular pommel, terminating in a spike and encrusted with heavy open-work Floral decoration of gold thickly set with large diamonds and rubies. **Presented by H.H. the**

Maharaja of Kolhapur as a relic of the Maratta chief Shivaji, to whom it formarly belonged."[3]

खरे म्हणजे ही नोंद इतकी स्पष्ट आहे की, तिच्याबद्दल शंका घेण्याचे काही कारण उपस्थित होऊ नये. पण संशोधकाचा शंका घेण्याचा अधिकार कोण नाकारणार? महाराष्ट्र शासनाच्या पुराभिलेख विभागाचे संचालकपद भूषविलेले (कै.) डॉ. पी.एम. जोशी यांनी एक वेगळाच मुद्दा या संदर्भात मांडला आहे. 'Shivaji and Facets of Maratha Culture' या ग्रंथातील The Bhovani Sword of Shivaji या त्यांच्या लेखात सदर तलवारीसंदर्भात चर्चा करताना त्यांनी म्हटले आहे : Officers in London who handled this weapon from 1876 onwards are likely to have confused Shivaji IV of Kolhapur, a minor, with his illustrious ancestor."[४]

डॉ. जोशी यांनी अशी शंका का घ्यावी, हे समजत नाही. कोल्हापूरच्या चौथ्या शिवाजी महाराजांनाच पहिले शिवाजी महाराज समजण्याचा वेंधळेपणा इंग्रजांसारखे कार्यक्षम व अभ्यासू अधिकारी करतील, असे वाटत नाही.

प्रिन्स ऑफ वेल्सच्या भेटीत चौथ्या शिवाजी महाराजांनी त्यांना भेट दिलेल्या वस्तुंत "ancient jeweled Sword... worth six hudred pounds" असे वर्णन असलेली तलवार होती, असे बर्टल फ्रेअर या इंग्रज अधिकाऱ्याने म्हटले आहे. हा फ्रेअर प्रिन्स ऑफ वेल्सचा त्यावेळी A.D.C. होता.[५] या फ्रेअरवर लिहिलेल्या चरित्रग्रंथात मात्र या तलवारीचा उल्लेख 'भवानी तलवार' असा केला आहे.[६]

प्रिन्स ऑफ वेल्सला भेट दिलेल्या तलवारीचा उल्लेख 'भवानी तलवार' असा करणारा दुसरा इंग्रज अधिकारी म्हणजे जेम्स डग्लस हा होय. त्याने मुंबईचा शेरीफ म्हणूनही काम पाहिले होते. त्याने 'Book

---

3. Shivaji and Facets of Maratha Culture, p.82
4. Shivaji and Facets of Maratha Culture, p.82
५. शिवरायांची रत्नजडित तलवार: काशीराम रत्नसावंत, दै. पुढारी : १७ एप्रिल १९७१.
6. The Life and Correspondence of Sir Bartle Frere, Part llpp. 128-129

of Bombay' या आपल्या प्रसिद्ध ग्रंथात या तलवारीचा निर्देश 'The Sword of Bhovanee' असा करून ही जिनिव्हा ब्लेडची तलवार सन १८७५ साली कोल्हापूरच्या राजाने इंग्लंडच्या युवराजाला भेट दिल्याचे म्हटले आहे.[७]

उपरोक्त तलवार ही शिवाजी महाराजांचीच आहे, ह्याच समर्थनासाठी सावंत यांनी दोन महत्त्वाचे मुद्दे मांडले आहेत. पहिला मुद्दा असा की, इंग्लंडच्या युवराजाच्या या भेटीच्या वेळी त्यांना मिळालेल्या तलवारीसारख्या भेट वस्तूंवर भेट देणाऱ्या हिंदी संस्थानिकांची नावे व साल कोरलेली आहेत. खुद्द युवराजाने कोल्हापूरच्या राजाला जी तलवार भेट दिली आहे, त्यावर युवराजांचे व चौथ्या शिवाजी महाराजांचे नाव कोरलेले आहे. या पार्श्वभूमीवर सावंतांनी म्हटले आहे-

''चौथ्या शिवाजीने ही तलवार प्रिन्स ऑफ वेल्सला दिली तशी प्रिन्स ऑफ वेल्सने एक तलवार चौथ्या शिवाजीला भेट दिली. त्या तलवारीवर H.R.H. THE PRINCE OF WALES, INDIA-1875-76 TO H.H. SIVAJI MAHARAJ CHHATRAPATI **IV,** RAJAH OF KOLHAPUR असे कोरून घेतले आहे. म्हणजे प्रिन्स ऑफ वेल्सने दिलेली तलवार त्याने नवीन तयार करून घेतली असणार आणि ही तलवार कोल्हापूरच्या राजाला भेट द्यायची, हे प्रिन्सच्या भारत भेटीची तयारी कमीत कमी सहा महिने तरी अगोदर केली त्याच वेळी ठरले असणार. कोल्हापूरच्या राजालाच तलवार भेट का द्यायची? तर त्या राजाकडूनही एक मौल्यवान तलवार भेट म्हणून घ्यायची, हे अगोदरच ठरले होते. ती तलवार शिवरायांच्या वापरातील आहे, हे इंग्रजांच्या भारतातील हस्तकांना माहीत होते. म्हणूनच जसे प्रिन्स ऑफ वेल्सने चौथ्या शिवाजीला दिलेल्या तलवारीवर नाव कोरले तसे चौथ्या शिवाजीनेही आपले नाव त्या तलवारीवर कोरणे गरजेचे होते. जर चौथ्या शिवाजीचे नाव जगदंबा तलवारीवर कोरले असते, तर तिचे ऐतिहासिक मोल कमी झाले असते, म्हणून इंग्रजांच्या हस्तकांनी ती गोष्ट होऊ दिली नाही.''[८]

---

7. Book of Bombay : James Douglus, 1882, p.118
८. शोध भवानी तलवारीचा, पृ. ६९

दुसरा मुद्दाही महत्त्वाचा आहे. उपरोक्त तलवारीच्या मुठीवरील कडी गायब आहे. मुठीची कटोरी थोडी चेपली आहे. अशा अवस्थेत ही तलवार भेट दिली गेली. याचा अर्थ तिचे ऐतिहासिक महत्त्व इंग्रजांच्या लक्षात आलेले होते.

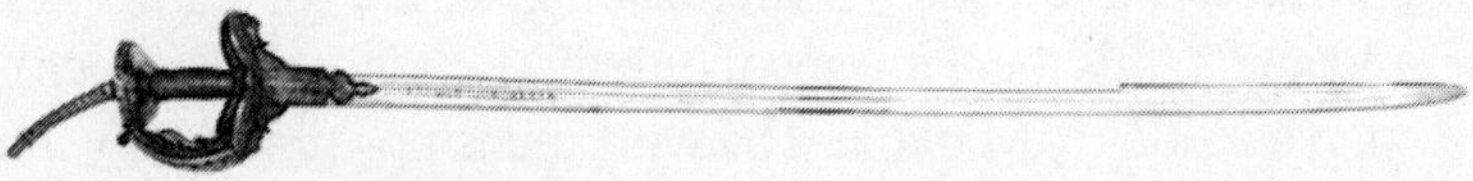

सावंतांनी म्हटले आहे-

"राणीच्या संग्रहालयात असणाऱ्या तलवारीची वैशिष्ट्ये छत्रपती शिवरायांच्या तलवारीशी जुळतात. शिवरायांची तलवार पोर्तुगीज पात्याची होती. या तलवारीवरही ख.क.ड. अशी पोर्तुगीज मार्किंग्ज आहेत. तलवारीची मूठ शिवरायांच्या तलवारीसारखी मराठा पद्धतीची, समकालीन चित्रांत आणि दगडी शिल्पांमध्ये दाखवल्याप्रमाणे जडवलेली आहे. ही तलवार शिवरायांच्या तलवारीसारखी सरळ आहे. ह्या तलवारीच्या मुठीवर असणारी कडी गायब आहे आणि तलवारीच्या मुठीच्या कटोरीवर थोडे चेपलेले आहे. जर ही तलवार इ.स. १८७५ मध्ये तयार केली गेली असती, तर त्या तलवारीची कडी गायब झाली नसती आणि मुठीच्या सर्वांत मजबूत भागावर पडलेला खड्डा पडलाच नसता. तशी तलवार प्रिन्स ऑफ वेल्सला द्यायचे धाडस इथल्या करवीर दरबारच्या अधिकाऱ्यांचे झाले नसते. एवढे होऊनही ही तलवार इंग्रजांनी नेली; कारण ती शिवरायांच्या वापरातील एक तलवार होती."[९]

सावंतांनी उपस्थित केलेले हे दोन्ही मुद्दे अभ्यासकांना नजरेआड करता येणार नाहीत.

महाराष्ट्रातील काही महत्त्वाच्या व्यक्तींनी लंडनच्या बकिंगहॅम पॅलेसमधील या तलवारीचे दर्शन घेतलेले आहे. त्यामध्ये औंधचे राजपुत्र व इंग्लंडमधील तत्कालीन भारतीय उच्च आयुक्त बॅ. आप्पासाहेब पंत व शिवशाहीर बाबासाहेब पुरंदरे हे आहेत. बॅ. पंत आपल्या आठवणीत म्हणतात,

---

९. शोध भवानी तलवारीचा, पृ. ७१

"The sword is indeed exquisite. The moment I set my eyes on it I felt deeply impressed by and attracted towards it. It has some kind of great power which one feels immediately."

"On the base of the blade where it joins the hilt, the dama--scene design is filled in with gold. Attached securely to the entire original steel framework of the hilt itself there is a 1/8" thick band of gold and in this there are set of 336 diamonds and 68 rubies in a design arrestingly Maratha. The workmanship is extremely fine and certainly not Europian. In fact, the pattern is similar to those we see today on necklaces and other ornaments."

"The front guard of the hilt has 156 diamonds and 17 rubies, the krunckle guard 40 diamonds 27 rubies and the base 60 diamonds. The pommel which is beauty in itself has 80 diamonds and 24 rubies."[१०]

बाबासाहेब त्या तलवारीचे वर्णन करतात -

“अप्रतिम तलवार! उत्कृष्ट तलवार ! सुंदर तलवार ! रत्नजडित तलवार! मी आजपर्यंत अक्षरश: हजारो तलवारी पाहिल्या आहेत. त्यांतील अत्युत्कृष्ट अशा तीन तलवारींत मी त्या तलवारीची गणना करीन.”[११]

या दोन मोठ्या व्यक्तींचे लंडनमधील तलवारीचे वर्णन एवढ्यासाठी दिले, की त्यावरून या तलवारीचे मोल वाचकांच्या ध्यानात यावे.

लंडनमधील उपरोक्त तलवार ही कोल्हापूरकर छत्रपतींच्या घराण्यातील आहे. साताऱच्या छत्रपतींच्या घराण्यातही अशीच एक शिवाजी महाराजांची भवानी तलवार होती; तिचीही दखल या ठिकाणी घेतली पाहिजे. ग्रँट डफ याने आपल्या ग्रंथात तिच्याविषयी 'The sword which he constantly used, and which he named after the goddess Bhowanee, is still preserved by the Raja of Satara with the utmost veneration, and has all the honours of an idol paid to it'.[१२] असे वर्णन केले आहे.

---

10. Free Press Journal, Aug.31,1980

११. मा. अमृत, जानेवारी १९८१, पृ. १५-१८

12. History of the Mahrattas, Vol 1, 1921,Oxford, p.313

सातारच्या छत्रपती घराण्यात ही तलवार कशी आली, हे डफने सांगितले आहे. तो म्हणतो की, मोगली कैदेत शाहू महाराज असताना त्यांची लग्ने औरंगजेब बादशहाच्या आज्ञेने साजरी केली गेली. त्या प्रसंगी बादशहाने शाहू महाराजांना तीन तलवारी भेट दिल्या. त्यापैकी एक बादशहाच्या वापरातील होती. दुसरी शिवाजी महाराजांची व तिसरी अफजलखानाची होती. शेवटच्या दोन तलवारी रायगड जिंकल्यानंतर तेथून मोगलांनी लुटून नेलेल्या होत्या.

रियासतकार गो. स. सरदेसाई यांनीही डफच्या कथेचा अनुवाद आपल्या रियासतीच्या स्थिरबुद्धि राजाराम' या खंडात दिला आहे. या कथेतील सत्यतेबद्दल त्यांनी शंका व्यक्त केलेली नाही. तथापि, डफने आपल्या विधानासाठी कोणताही पुरावा सादर केलेला नाही. कदाचित पूर्वापार चालत आलेली माहिती त्याने गृहीत धरली असावी.

सातारच्या प्रतापसिंह महाराजांनी आपल्या रोजनिशीत राजघराण्याच्या देवघरातील भवानी तलवारीचा अनेकवेळा उल्लेख केलेला असून ती शिवाजी महाराजांनी गोवलेकर सावंतापासून ३०० होनास विकत घेतल्याचे म्हटले आहे. हे गोवलेकर सावंत म्हणजे सावंतवाडीकर सावंत नव्हेत; तर उत्तर कोकणातील महाडजवळच्या गोवले गावचे सावंत होत. गोवल्याच्या पुढे असणाऱ्या हरिहरेश्वर देवाचे दर्शन घेऊन परतत असताना महाराजांना या गोवलेकरांकडून ही तलवार मिळाल्याचे सांगितले जाते.

सातारा गॅझेटियरनेही 'भवानी तलवार' साताऱ्याच्या नव्या राजवाड्यात छत्रपतींच्या पूजेमध्ये सन १८७७ सालापर्यंत होती, असे म्हटले आहे. पुढे इंग्रजांनी हा नवा राजवाडा ताब्यात घेतल्यावर ही तलवार कोठे गेली, याचा पत्ता लागत नाही. सध्या साताऱ्याच्या जलमंदिरात पूजेमध्ये असणारी तलवार ही भवानी तलवार म्हणून सांगितली जाते. पण ती शिवाजी महाराजांची तलवार नाही. ती आहे, त्यांचे नातू, साताऱ्याचे पहिले शाहू छत्रपती, यांची तलवार. तिच्यावर 'श्रीमंत सरकार राजमंडळ राजा शाहू कदीम अव्वल' अशी अक्षरे कोरलेली आहेत.[१३]

सावंतांनी साताऱ्यात असणाऱ्या या तथाकथित भवानी तलवारीवर स्वतंत्र प्रकरणात चर्चा केली असून ही शिवरायांची तलवार नाही; ती

---

13. Shivaji and Facets of Maratha Culture, pp.83-84

तशी असती तर इंग्रजांनी केव्हाच गायब केली असती, असा निष्कर्ष काढला आहे. तो बरोबर आहे.

गेल्या शतकात भवानी तलवार म्हणून आणखी एका तलवारीचा मोठा गाजावाजा झाला. तिचाही परामर्श जाताजाता घेतला पाहिजे. १९१२ साली पुण्याच्या खानबहादूर बोमनजी पद्‌मजी या गृहस्थांनी एक तेगा जातीची तलवार (Scimitar) एका लिलावात विकत घेतली. ती त्यांनी स्वच्छ करून घेतल्यावर त्यांना तिच्यावर 'छत्रपती शीवाजी महाराजा' अशी अक्षरे कोरलेली नजरेस पडली. अनेक तज्ज्ञ मंडळींनीही ही तलवार शिवकालीन असू शकेल, असा निर्वाळा दिला. तिच्या पात्याच्या दुसऱ्या बाजूवर असणारी वर्तुळे व चंद्रकोर यांच्या आकृत्यांमुळे ती शिवकालीन असावी, याबद्दल अनेकांची खात्री झाली.

पुढे ही तलवार कॅप्टन मोदी यांच्या संग्रहात आली. त्यांनी ती सन १९३९ च्या लॉर्ड रे इंडस्ट्रियल म्युझियमच्या प्रदर्शनात मांडली, तेथे त्या तलवारीस 'a genuine article' म्हणून सुवर्ण पदकही मिळाले.[१४]

परंतु ही तलवार शिवाजी महाराज यांची आहे म्हणून मान्य करण्यात काही मूलभूत अडचणी आहेत. काही तज्ज्ञांच्या दृष्टीने पहिली महत्त्वाची अडचण अशी, की शिवाजी महाराजांनी स्वत: 'छत्रपती महाराजा शिवाजी' असे, म्हणवून न घेता 'श्री राजा शिवछत्रपती' असे म्हणवून घेतले आहे. त्यांच्या नाण्यावर व पत्रव्यवहारावरही असेच नाव येते. कुठेही 'महाराजा' असे संबोधले नाही. शिवाय महाराजांनी आपल्या तलवारीवर आपलेच नाव कोरून घेतले असेल असे वाटत नाही. त्यांनी एवढे मोठमोठे गडकोट-जंजिरे बांधले, पण आपल्या नावाचा शिलालेख कोठे बसविलेला नाही. असा राजा तलवारीवर आपले नाव कोरेल, असे वाटत नाही.

ही तलवार शिवाजी महाराजांची नाही, हे प्रतिपादन करताना सावंतांनी म्हटले आहे-

"शिवरायांच्या कोणत्याही समकालीन चित्रांत शिवरायांनी वक्र तलवार वापरल्याचे दाखवलेले नाही आणि ही तलवार तर वक्र आहे. छत्रपती शिवरायांच्या तलवारी सरळ होत्या."[१५]

---

14. Shivaji and Facets of Maratha Culture, pp.83-84

१५. शोध भवानी तलवारीचा, पृ. ९४

या शिवाय सावंत यांनी शिवाजी महाराजांनी बुंदेल राजा छत्रसालला दिलेली भवानी तलवार, कोल्हापूरच्या राजर्षी शाहू छत्रपतींनी भवानी तलवारीविषयी केलेले निवेदन, लंडनमधील भवानी तलवारीस भारतामध्ये आणण्यासाठी केलेले काही व्यक्तींचे प्रयत्न इत्यादी विषयांवरही बरीच माहिती सादर केली आहे; आणि शेवटी उपसंहारामध्ये लंडनमधील तलवार हीच शिवाजी महाराजांची भवानी तलवार आहे, असे आपले ठाम मत व्यक्त केले आहे.

आतापर्यंतच्या चर्चेवरून 'भवानी तलवारी'विषयी आपण काही निष्कर्षाप्रत येऊ शकू. ते असे-

१. शिवाजी महाराजांच्या अनेक तलवारी होत्या. त्या भवानी, जगदंबा, तुळजा अशा अनेक नावांनी ख्यात पावल्या होत्या.
२. महाराजांच्या तलवारींपैकी काही तलवारी त्यांचे वारसदार संभाजी महाराज, राजाराम महाराज, महाराणी ताराबाई यांच्याकडे आल्या. त्यांनी त्या जीवापाड जतन करून ठेवल्या असाव्यात.
३. या तलवारी सातारकर व कोल्हापूरकर छत्रपती घराण्यांत शिवरायांचा अमोल ठेवा म्हणून जतन करून ठेवल्या गेल्या.
४. ग्रँट डफ व प्रतापसिंह महाराज यांनी ज्या भवानी तलवारीचा निर्देश केला आहे, ती अशा तलवारींपैकी एक तलवार असावी.
५. सिंधुदुर्गच्या किल्ल्यात पूजली जाणारी तलवारही ह्याच तलवारींपैकी एक असू शकेल.
६. कोल्हापूरचे छत्रपती चौथे शिवाजी महाराज यांनी प्रिन्स ऑफ वेल्सला भेट म्हणून दिलेली तलवार ही अशाच प्रकारची शिवाजी महाराजांची तलवार असू शकते.
७. अद्यापि सातारा व कोल्हापूर या ठिकाणांच्या राजघराण्यातील शस्त्रसंग्रहाचा बारकाईने शोध घेतल्यास शिवाजी महाराजांची आणखी एखादी तलवार सापडू शकेल.

या सर्व शक्यतेमध्ये लंडनमधील भवानी तलवारीचे पारडे सर्वांत जड आहे, असे अभ्यासांती आमचे मत बनले आहे. अशी ही शिवरायांची

'भवानी तलवार' आज ना उद्या मायदेशी, महाराष्ट्रात, परतेल, अशी अपेक्षा आपण करू या, ही गोष्ट अशक्य नाही. फक्त आपल्या राज्यकर्त्यांनी त्यासाठी इच्छाशक्तीचा जोर लावावयास हवा.

❖

१२

हिंदवी स्वराज्याचे मुस्लीम सेवक

छत्रपती शिवाजी महाराजांनी १७ व्या शतकात दक्षिणेत स्थापन केलेले हिंदवी राज्य हे सर्व जातिधर्मांच्या लोकांचे व लोकांसाठीचे होते. 'हिंदवी' शब्दाचा अर्थच मुळी हिंदुस्थानी लोकांचे, हिंदू लोकांचे असा नव्हे. या देशात जन्मलेले सर्वच हिंदवी असा व्यापक अर्थ त्यामागे आहे. स्वाभाविकच हिंदू समाजातील विविध जातींच्या सहभागाबरोबरच मुस्लीम समाजाचाही सहभाग स्वराज्याच्या निर्मितीत व संरक्षणात राहिला. स्वराज्यातील मुस्लिमांनीही शिवाजी महाराजांस 'आपला राजा' मानले व त्याच्या राज्यास 'आपले राज्य' (स्वराज्य) मानले.

सिद्दी म्हणजे परकीय मुसलमान. पण दक्षिणेत येऊन त्यांच्यापैकी अनेकांनी निजामशाही, आदिलशाहीमध्ये सेवाचाकरी धरली. पुढे ते इथंच रमले. शिवाजी महाराजांच्या सेवेतही काही सिद्दी आले व त्यांनी आपली निष्ठा महाराजांच्या पायाशी वाहिली. त्यापैकी काही जण महाराजांच्या खास विश्वासातील झाले.

खरे तर 'हिंदवी स्वराज्याचे मुस्लीम सेवक' हा एका प्रबंधाचा विषय आहे. इथं या छोट्या लेखाच्या मर्यादेत काही प्रमुख उदाहरणांसह

आपणास त्यांचा परिचय करून घ्यायचा आहे. त्यासाठी हिंदवी स्वराज्याच्या काही प्रमुख मुस्लीम सेवकांची कामगिरी आम्ही वाचकांपुढे ठेवीत आहोत.

सेनापती नूरबेग

नूरबेग हा शिवाजी महाराजांच्या पायदळाचा सेनापती. स. १६५७ सालच्या गुंजण मावळच्या देशमुखीच्या एका 'महजरपत्रा'वर त्याचे नाव येते. हा महजर खुद्द शिवाजी महाराजांच्या समोर होऊन त्यावर त्यांच्या पेशवे, मुजुमदार, सरसबनवीस, डबीर इत्यादी प्रधानांची नावे नोंदविली आहेत. त्यात माणकोजी दहातोंडे हा घोडदळाचा सेनापती व नूरबेग हा पायदळाचा (पाऊलोकाचा) सेनापती (सरनोबत) म्हणून निर्देश केलेला आहे. त्याच्या नावाखाली त्याचा फारशी शिक्काही आहे.

या नूरबेगविषयी फारशी माहिती मिळत नाही. (त्याच्याविषयी अधिक चर्चा आम्ही 'सरनौबत नूरबेग : शिवछत्रपतींच्या प्रभावळीतील एक हिरा' या लेखात अन्यत्र केली आहे.)*

सेनानी सिद्दी हिलाल

सिद्दी हे आफ्रिका खंडातील 'ॲबेसिनिया' देशातील. ही सागरावरील एक लढाऊ जमात होती. १७ व्या शतकात त्यांचा दक्षिणेतील शाह्यांच्या दरबारात मोठा वावर होता. आपल्या अंगच्या पराक्रमाच्या जोरावर ते मोठमोठ्या हुद्यांवर काम करीत असत. निजामशाहीचा सुप्रसिद्ध वजीर

---

* या सोबत प्रकाशित होणाऱ्या आमच्या 'दादाजी कोंडदेव कोण होता' या लेखसंग्रहात हा लेख आहे.

मलिक अंबर हाही एक कर्तबगार सिद्दीच होता.

शिवाजी महाराजांच्या पदरीही काही सिद्दी सैनिक व सेनानी होते. सिद्दी हिलाल हा त्यापैकी एक होय. हा शहाजीराजांच्या पदरी होता. शहाजीराजे स. १६३६ मध्ये कर्नाटकात आदिलशाही सेवेत रुजू झाले, त्यावेळी त्यांनी पुणे जहागीर दादाजी कोंडदेवाकडे सोपविली व त्याच्या मदतीला एक हजार घोडदळ त्यांनी सिद्दी हिलालच्या नेतृत्वाखाली दिले, असे ९१ कलमी बखर सांगते. पुढे हा कर्नाटकात गेलेला दिसतो. कारण अफझलखानाच्या फौजेत ज्या सरदारांची नावे शिवभारतकार परमानंद देतो, त्यामध्ये सिद्दी हिलालचे नाव येते. खानाने त्याला पुणे प्रांतावर स्वारी करण्यास पाठविले होते. खान मारला गेल्यावर त्याने शिवाजी महाराजांची चाकरी स्वीकारली. एवढेच नव्हे तर पांढरे, खराटे, जाधव इत्यादी आदिलशाहीच्या सेवेत असणाऱ्या अनेक मराठा सरदारांनाही त्याने महाराजांकडे आणले.

नंतर सिद्दी जौहर शिवाजी महाराजांवर चालून आला. त्याने पन्हाळ्यास वेढा देऊन महाराजांना संकटी घातले. ह्या वेढ्यावर हल्ला करून तो उठविण्याचा नेताजी पालकर व सिद्दी हिलाल यांनी निकराचा प्रयत्न केला. पण ते यशस्वी झाले नाहीत. त्यांना माघार घ्यावी लागली. या प्रसंगी हिलालचा पुत्र सिद्दी याह्या हा सिद्दी जौहरच्या सैन्याकडून पकडला गेल्याचे परमानंद सांगतो (परमानंद याह्यास 'वाहवाह' असे संबोधतो.)

पण पुढे हा सिद्दी हिलाल मोगलांच्या सेवेत गेलेला दिसतो. पण त्याचा शिवाजी महाराजांशी गुप्त पत्रव्यवहार चालू असे. मोगली सेवेत असलेल्या अफझलपुत्र फत्तेखान याने ही गोष्ट बादशहाच्या कानावर घातल्यावर बादशहाने त्याची चौकशी सुरू केली. तेव्हा हा सिद्दी हिलाल मोगली सेवेत असणारे जाधवराव वगैरे मराठा सरदारांसह शिवाजी महाराजांकडे आल्याचे दि.१८ ऑक्टो.१६७२ च्या मुंबईकर इंग्रजांच्या पत्रात म्हटले आहे.

पुढे सिद्दी हिलालचे संदर्भ सापडत नाहीत; पण त्याची निष्ठा शिवाजी महाराजांशी होती असे दिसते. मोगलांच्या सेवेत असतानाही तो महाराजांशी गुप्त संधान राखून होता. यावरून त्याच्यासंबंधी काही वेगळा तर्क बांधता येईल. महाराजांनी आपली माणसे मोगली सेवेत

पेरली होती काय, असाही एक प्रश्न मनात सहजी उत्पन्न होतो!

शरीररक्षक सिद्दी इब्राहिम

अफझलखानाच्या भेटीच्या प्रसंगात महाराज व खान यांनी प्रत्येकी दहा शरीररक्षक ठेवावेत, असा ठराव महाराजांनी वकिलांमार्फत खानाकडून मान्य करून घेतला होता. त्याअनुसार महाराजांनी पुढीलप्रमाणे आपले शरीररक्षक घेतले होते :

१. संभाजी कावजी कोंढाळकर
२. काताजी इंगळे
३. कोंडाजी कंक
४. येसाजी कंक
५. कृष्णाजी गायकवाड
६. सूरजी काटके
७. जिवा महाला
८. विसाजी मुरूंबक
९. संभाजी करवर
१०. सिद्दी इब्राहिम

महाराजांच्या या शरीररक्षकांची यादी परमानंदाने आपल्या शिवभारतात दिली आहे. ज्यांच्या स्वामिनिष्ठेबाबत थोडीही आशंका नाही व जे अतिशय शूर योद्धे असतील, त्यांनाच महाराजांनी आपले शरीररक्षक म्हणून नेमले असणार, हे उघड आहे. खानास महाराजांनी मारल्यावर सय्यद बंडा त्यांच्यावर धावून आला. त्यास जिवा महालाने पुरा केला. संभाजी कावजीने खानाचे शिर धडावेगळे केले. महाराजांच्या सर्व शरीररक्षकांची खानाच्या शरीररक्षकांशी झटापट होऊन ते वकील कृष्णाजी भास्कर यासह मारले गेले. अशा या ऐतिहासिक रोमांचकारी प्रसंगात सिद्दी इब्राहिमचा, या मुस्लीम सेवकाचा सहभाग लक्षणीय म्हटला पाहिजे.

स्वामिनिष्ठ मदारी मेहतर

स. १६६६ मध्ये शिवाजी महाराजांनी औरंगजेब बादशहाच्या

आग्रा भेटीसाठी प्रस्थान ठेविले, त्यावेळी त्यांच्यासोबत असणाऱ्या बाजी सर्जेराव जेधे, त्र्यंबकपंत डबीर, निराजी रावजी, हिरोजी फर्जंद इत्यादी बड्या व्यक्तींबरोबर सामान्य वाटणारा एक मुस्लीम सेवकही होता. त्याचे नाव होते मदारी मेहतर. महाराजांच्या सेवेत अहोरात्र असणारा हा पोर किती स्वामिनिष्ठ होता, हे त्याच्या नंतरच्या कामगिरीने जगापुढे आले.

आग्राभेटीत महाराज कैदेत पडले. आत्यंतिक संकट निर्माण झाले. कैदेतून निसटून जाण्याचे पर्याय चर्चिले जाऊ लागले. त्यातील एक पर्याय ठरला. महाराजांनी आपल्या जवळच्या सर्व नोकरचाकर, सैनिक, अधिकारी यांना महाराष्ट्रात जाण्याचा निरोप दिला. मागे फक्त मोजकेच नोकर राहिले; त्यात हा मदारी होता.

लवकरच महाराज कोठडीतून निसटले. पण मागे राहिले ते महाराजांचे सोंग घेऊन झोपलेला हिरोजी फर्जंद व त्याचे पाय चेपत बसलेला मदारी मेहतर! दुसरे दिवशी शिवाजीराजांचे हे दोन्ही सेवक कोठडीचा दरवाजा ओढून घेऊन 'राजे शांत झोपले आहेत. त्यांना लवकर उठवू नका,' असे सांगून बाहेर पडले आणि परागंदा झाले!

लवकरच शिवाजी महाराज कैदेतून निसटल्याचे समजताच सर्वत्र हाहाकार माजला! सर्व मार्गांनी सैन्यांच्या तुकड्या पाठवून जेवढे म्हणून मराठे सापडले तेवढे पकडून त्यांना आग्र्यास आणले. त्यात रघुनाथपंत कोरडे, त्र्यंबकपंत डबीर, कवी कलश या बड्या मंडळींत हिरोजी फर्जंद व मदारी मेहतरही होते. मोगलांच्या कैदेत क्रूरकर्मा पौलादखानाच्या ताब्यात या कैद्यांनी किती व कसा छळ सहन केला असेल, याची आपण कल्पना करू शकतो. पण यापैकी कुणीही महाराजांच्या परतीच्या मार्गाची माहिती सांगितली नाही किंवा महाराज कसे निसटले, याविषयी एक शब्दही उच्चारला नाही.

पुढे शिवाजी महाराज स्वराज्यात सुखरूप पोहोचल्यावर काही काळाने त्यांचा औरंगजेब बादशहाशी राजकीय समझोता झाला. महाराजांनी मैत्रीची व मोगली सेवेची बोलणी सुरू केली. तेव्हा ३ एप्रिल, १६६७ रोजी बादशहाने या मराठा राजबंद्यांना मुक्त केले. त्यांच्याबरोबर मदारी मेहतरही सुटला आणि तो राजगडावर आला. महाराजांच्या सेवेत रुजू झाला.

स. १६७४ साली नूतन राजधानी रायगडावर शिवाजी महाराजांचा

महन्मंगल वैभवशाली असा राज्याभिषेक सोहळा झाला. त्या प्रसंगी महाराज या स्वामिनिष्ठ मदारीला विसरले नाहीत. राजसिंहासनाची पूजा करण्याच्या तसेच दरवर्षी त्यास दरबारातून,"१ भरजरी बादली चादर, १ ताडपत्री पासोडी व ५ मोहरा रोख देण्याचा वंशपरंपरा हक्क," त्याला बहाल करण्यात आला!

शिवचरित्रातील हा सामान्य माणूस; पण आपल्या असामान्य स्वामिनिष्ठेमुळे एक दंतकथा बनून राहिला! मदारी मेहतर माहीत नाही, असा महाराष्ट्रात कुणी इतिहासप्रेमी आढळणार नाही!

आरमार प्रमुख दौलतखान

१७ व्या शतकात समुद्रावर भारतीयांची सत्ता चालत नव्हती. अरबी समुद्रावर पोर्तुगीज, इंग्रज, डच, फ्रेंच, सिद्दी व अरब यांचे प्राबल्य होते. मोगल बादशहाकडेही स्वतःचे आरमार नव्हते. या पार्श्वभूमीवर शिवाजी महाराजांनी मराठी आरमाराची स्थापना करून 'भारतीय आरमाराचे जनक' म्हणून इतिहासात स्थान प्राप्त केले.

महाराजांनी पश्चिम किनाऱ्यावर कल्याण-भिवंडीच्या खाडीत आरमार बांधणीस प्रारंभ केला. पुढे इंग्रज, पोर्तुगीज व सिद्दी यांना आव्हान देणारे प्रबळ आरमार त्यांनी निर्माण केले. त्यासाठी किनारपट्टीवरील कोळी, भंडारी व मुस्लीम या समाजांतील लोकांची नौसैनिक म्हणून भरती केली. या समाजांतूनच पुढे मात्र नायक,दर्यासारंग,दौलतखान यांसारखे आरमार सेनानी उदयास आले. दौलतखान हा कोकणपट्टीवरील स्थानिक मुसलमानांपैकीच असावा.

दौलतखानाचे अनेक संदर्भ मुंबईकर इंग्रजांच्या पत्रव्यवहारात येतात. उदा. मार्च १६७४ मध्ये सावित्री नदीच्या खाडीत दौलतखानाची स्वराज्यावर चाल करणाऱ्या जंजिऱ्याच्या सिद्दी संबूळशी लढाई झाली. त्यात संबूळचे १०० तर दौलतखानचे ४४ लोक मारले जाऊन खानाचा (मराठ्यांचा) विजय झाल्याची नोंद मिळते. सिद्यांचा जंजिरा काबीज करण्याचा महाराजांचा मोठा यत्न सुरू होता. त्यात दौलतखानाचा सहभाग होता. त्याच्या स. १६७२-१६७८ या कालातील अनेक नोंदी तत्कालीन कागदपत्रांत पाहावयास मिळतात.

दौलतखानाने खरा पराक्रम गाजविला तो खांदेरीच्या आरमारी लढाईत. सिद्दीचा जंजिरा प्रयत्नांची पराकाष्टा करूनही काबीज होत नाही, हे लक्षात येताच शिवाजी महाराजांनी मुंबईच्या तोंडावर ११ मैलांवर व जंजिऱ्याच्या उत्तरेस ३० मैलांवर असणाऱ्या खांदेरी बेटावर सागरी किल्ला बांधावयाचा निर्णय घेतला आणि स. १६७९ मध्ये बांधकामास प्रारंभ केला. त्याला मुंबईकर इंग्रजांनी मोठा आरमारी विरोध केला. खांदेरीच्या समुद्रात दौलतखानाच्या नेतृत्वाखाली मराठ्यांनी इंग्रजांशी अनेक लढाया देऊन त्यांचा पराभव केला. इंग्रजांनी शेवटी हतबल होऊन माघार घेतली. खांदेरीवरील मराठ्यांची मालकी प्रस्थापित झाली. इंग्रजांची ही फार मोठी आरमारी नामुष्की ठरली. (जानेवारी, १६८०).

शिवाजी महाराजांच्या भूमीवरील पायदळ-घोडदळ या सैन्यातील सेनानींना इतिहासात मोठी प्रसिद्धी मिळाली आहे. उदा. नेताजी पालकर, प्रतापराव गुजर, तानाजी मालुसरे, हंबीरराव मोहिते.पण सागरावर पराक्रम करणारे शिवरायांचे हे आरमार-सेनानी मात्र तसे उपेक्षितच राहिले आहेत.

आतापर्यंत आपण हिंदवी स्वराज्याच्या सेवेत असणाऱ्या ज्ञात अशा काही मुस्लीम व्यक्तींची कामगिरी पाहिली. पण अद्यापही अनेक अज्ञात आहेत. कालौघात कागदपत्रेच नष्ट झाल्याने अनेक कर्तबगार पुरुषांच्या कामगिऱ्या ह्या काळाच्या पडद्याआड गेल्या आहेत. आता हेच पाहा - काजी हैदर नावाचा एक मोठा विद्वान मुस्लीम अधिकारी महाराजांच्या सेवेत होता. मोगलांचा दक्षिणेचा सुभेदार बहादूरखान याने महाराजांकडे वाटाघाटी करण्यासाठी जेव्हा एक बहुभाषा कोविद ब्राह्मण पंडित पाठविला, तेव्हा महाराजांनीही आपल्या पदरी असणारा तेवढाच विद्वान एक मुस्लीम पंडित-काजी हैदर यास त्याच्याकडे धाडले. या प्रसंगात काजी हैदर हा स्वराज्याचा एक राजनैतिक अधिकारी (वकील) म्हणून गेला होता. महाराजांच्या खास विश्वासातील असल्याशिवाय त्याला पाठविले गेले असेल काय?

पुढे महाराजांच्या मृत्यूनंतर तो मोगल दरबारात गेला. तेथे त्याची विद्वत्ता पाहून औरंगजेबाने त्यास मुख्य काजीच्या हुद्यावर नेमले! या काजी हैदरविषयी आपणास फारशी माहिती नाही.

मुद्दा असा की शिवचरित्रातील या उपेक्षित दालनाचे अधिकाधिक संशोधन व्हायला हवे. एका समकालीन शाहिराने शिवाजी महाराजांच्या कार्याबद्दल म्हटले आहे,''शिवाजीच्या तळ्यात पाणी पिती सर्व जीव । नाही भेदभाव ।।'' शाहिराची ही उक्ती जर सार्थ करायची असेल तर हे उपेक्षित दालन अधिक प्रकाशमान करावे लागेल. केवळ शिवाजीराजा सर्वांचा होता, असे म्हणून फारसे काही साधणार नाही. त्यासाठी अशी उदाहरणे अधोरेखित करून इतिहासकारांनी शिवछत्रपतींची धर्मनिरपेक्षता ठळक केली पाहिजे. तसे झाले तर आजच्या लोकशाहीच्या युगातही शिवचरित्राची प्रस्तुतता अधिक वाढणार आहे.

❖

संदर्भ ग्रंथ

१. English Records on Shivaji
२. कवींद्र परमानंदकृत शिवभारत
३. शककर्ते शिवराय-विजय देशमुख
४. Shivaji : His Life and Times - G. B. Mehendale
५. Shivaji and His Times - Sir Jadunath Sarkar
६. श्री शिवछत्रपतींची ९१ कलमी बखर - संपा. वि. स. वाकसकर

❖